எழுத்தென்னும் மாயக்கம்பளம்

எழுத்தென்னும் மாயக்கம்பளம்
இளங்கோ

ஈழத்தின் அம்பனையில் பிறந்து தற்போது கனடாவின் ரொறொண்டோவில் வசித்துவருபவர். போரின் நிமித்தம் தனது பதினாறாவது வயதில் கனடாவுக்குப் புலம்பெயர்ந்தவர். கவிதைகள், சிறுகதைகள், நாவல்கள் தவிர, 'டிசே தமிழன்' என்னும் பெயரில் பல்வேறு இதழ்களிலும் இணையதளங்களிலும் கட்டுரைகளும் விமர்சனங்களும் பத்திகளும் எழுதிவருகிறார். இவரது 'நாடற்றவனின் குறிப்புகள்' நூல் தமிழ்நாடு கலை இலக்கியப் பெருமன்றத்தின் 'ஏலாதி' இலக்கிய விருதையும் (2008) 'மெக்ஸிக்கோ' நாவல் பிரபஞ்சன் நினைவு நாவல் போட்டியின் பரிசையும் (2019) பெற்றிருக்கிறது. இது இவரது ஒன்பதாவது நூல்.

தொடர்புக்கு:

Mail Id: elanko@rogers.com

Website: www.djthamilan.blogspot.com

● அன்பார்ந்த வாசகருக்கு,

வணக்கம்.

காலச்சுவடு நூலை வாங்கியமைக்கு நன்றி.

நூலின் உள்ளடக்கம், உருவாக்கம், அட்டைப்படம் இன்ன பிற அம்சங்கள் பற்றிய உங்கள் கருத்துகளையும் ஆலோசனைகளையும் காலச்சுவடு வரவேற்கிறது. தகவல், எழுத்து, வாக்கியப் பிழைகள் தென்பட்டால் அவசியம் தெரிவித்து உதவுங்கள். நூல் தயாரிப்பில் கடும் குறைபாடு இருப்பின் மாற்றுப் பிரதி உங்களுக்குக் கிடைக்கக் காலச்சுவடு ஏற்பாடு செய்யும்.

மின்னஞ்சல்: **publisher@kalachuvadu.com**

காலச்சுவடு நாகர்கோவில் அலுவலகத்திற்குக் கடிதம் அனுப்பலாம்.

தங்கள்
எஸ்.ஆர். சுந்தரம் (கண்ணன்)
பதிப்பாளர் — நிர்வாக இயக்குநர்

Unauthorised use of the contents of this published book, whether in e-book or hardcopy format, for any type of Artificial Intelligence (AI) training — including but not limited to Machine Learning, Deep Learning, Natural Language Processing, Computer Vision, Chatbot Training, Image Recognition Systems, Recommendation Engines, and Language Models — is strictly prohibited without prior licensing from the publisher. Any such unauthorised use may result in legal action.

இளங்கோ

எழுத்தென்னும் மாயக்கம்பளம்

சர்வதேச எழுத்தாளர்களின்
ஆளுமையும் படைப்புலகமும்

காலச்சுவடு பதிப்பகம்

எழுத்தென்னும் மாயக்கம்பளம்: சர்வதேச எழுத்தாளர்களின் ஆளுமையும் படைப்புலகமும் ❖ கட்டுரைகள் ❖ ஆசிரியர்: இளங்கோ ❖ © மதி (இளங்கோ) முத்துலிங்கம் ❖ முதல் பதிப்பு: ஜூலை 2025 ❖ வெளியீடு: காலச்சுவடு பப்ளிகேஷன்ஸ் (பி) லிட்., 669, கே.பி. சாலை, நாகர்கோவில் 629001

காலச்சுவடு பதிப்பக வெளியீடு: 1362

ezuttennum maayakkampaLam: Introduction to international writers and their personalities ❖ Essays ❖ Author: Elanko ❖ Mathi (Elanko) Muthulingam ❖ Language: Tamil ❖ First Edition: July 2025 ❖ Size: Demy 1 x 8 ❖ Paper: 18.6 kg maplitho Pages: 128

Published by Kalachuvadu Publications Pvt. Ltd., 669 K.P. Road, Nagercoil 629001, India ❖ Phone: 91-4652-278525 ❖ e-mail: publications @kalachuvadu.com ❖ Printed at Print Point Offset Printers, Nagercoil 629001

ISBN: 978-93-6110-422-0

07/2025/S.No. 1362, kcp 5754, 18.6 (1) ass

புத்தகங்களினூடு இவ்வாழ்வின் அற்புதங்களைக்
கொண்டாடுபவர்க்கு

நன்றி

அம்ருதா, காலம், கனலி, கலைமுகம், வனம் சஞ்சிகைகளுக்கும், எப்போதும் எனக்காய் இருக்கும் என் குடும்பத்தினருக்கும், மெய்ப்புப் பார்த்துத் தந்த நண்பர்களுக்கும், இதனை வெளியிடும் காலச்சுவடு பதிப்பகத்துக்கும், வாசிக்கப்போகும் உங்களுக்கும்...

உள்ளடக்கம்

1. ஹெமிங்வே என்னும் சாகசப் பயணி — 11
2. மிலன் குந்தேரா: இருப்பின் இறகிழத்தலும், அபத்தத்தின் வசீகரமும் — 19
3. ஹென்றி மில்லர் என்னும் எதிர்க்கலாச்சாரவாதி — 32
4. நிகழ்ந்துவிட்ட அற்புதம்: சார்ள்ஸ் ப்யூகோவ்ஸ்கி — 42
5. வாசிப்பு: ப்யூகோவ்ஸ்கி – 01 — 50
6. வாசிப்பு: ப்யூகோவ்ஸ்கி – 02 — 53
7. மைக்கல் ஒண்டாச்சி — 57
8. அலெஜாந்திரோ ஸாம்பிராவின் புனைவுலகம் — 70
9. ரொபர்தோ பொலானோ — 76
10. வாசிப்பு: ரொபர்தோ பொலானோ – 01 — 81
11. வாசிப்பு: ரொபர்தோ பொலானோ – 02 — 85
12. ஹருகி முரகாமி — 88
13. கே.ஆர். மீராவின் நாவல்கள் — 104
14. தாய் என்னும் எனது வழிகாட்டி — 119

1

ஹெமிங்வே என்னும் சாகசப் பயணி

ஹெமிங்வே கடந்த நூற்றாண்டில் ஆங்கில இலக்கியத்தை நவீனப்படுத்தியவர்களில் முக்கிய மானவர். அவரின் எழுத்தைப் போலவே, அவரின் தனிப்பட்ட வாழ்க்கையும் விசித்திரமாக இருந்திருக்கின்றது. இதனால் அவர் வாழ்ந்த காலத்தில் அவர் சுவாரசியமான ஒரு மனிதராகவும் இருந்திருக்கின்றார். ஒருவர் உயிரோடிருக்கும் போதே அவர் இறந்துவிட்டதற்கான அஞ்சலிக் குறிப்புகளை வாசிக்க முடியுமா? ஆம், ஹெமிங்வே ஆபிரிக்காவில் விமான விபத்தில் இறந்துவிட்டா ரென்று அவருக்கான அஞ்சலிக் குறிப்புகள் எழுதப் பட்டிருக்கின்றன. ஹெமிங்வே என்றாலே சாகசப் பயணங்கள் செய்பவரென தன் எழுத்தின் மூலமாகவும், வாழ்க்கையின் மூலமாகவும் நிரூபித்தவர். அதேபோல பிற்காலத்தில் அவர் மனப்பிறழ்வின் அலைகளுக்குள் அகப்பட்ட துரும்பைப் போல, ஒரு பரிதாபமான மனிதராகவும் மாறியவர்; அதன் நீட்சியாகவே தனக்கான இறுதி முடிவை இரண்டு துப்பாக்கித் தோட்டாக்களின் மூலம் தேடிக்கொண்டார்.

ஹெமிங்வே தன் பதின்மங்களில் முதலாம் உலகப்போரில் பங்கேற்கின்றார். போர்வீரராக யுத்தத்திற்குச் செல்ல அவரின் கண்பார்வைக் குறைபாடு தடுத்து நிறுத்தினாலும், இத்தாலிக்கு ஓர் ஆம்புலன்ஸ் வாகனச் சாரதியாகச் செல்கின்றார். அந்தவேளையில் முன்னணி அரங்குகளில் இருந்த

இராணுவத்துக்கு சிகரெட்டுகளையும், இனிப்புகளையும் வழங்கச் சென்றபோது எதிரணி ஏவிய எறிகணையால் காயமடைகின்றார். அப்படிக் காயப்பட்டுச் சிகிச்சைபெறும் போது ஹெமிங்வேயிற்கு முதல் காதல் அங்கிருந்த தாதியோடு ஆரம்பிக்கின்றது. அவர் ஹெமிங்வேயைவிட எட்டு வயதுகள் கூடியவர். ஹெமிங்வே அந்தத் தாதியைத் திருமணஞ்செய்து கொள்ளும் கனவுடன் இருக்கும்போதே அந்தக் கனவு விரைவில் கலைந்து போகின்றது. அநேகர் அனுபவிக்கும் முதல் காதல் துயர் ஹெமிங்வேயிற்கும் ஏற்படுகின்றது. போர்முடிந்தபின் வந்த வெறுமையும் காதல் வேதனையும் ஹெமிங்வேயைக் கதைகளை எழுதும் படைப்பாளியாக உந்தித் தள்ளுகின்றது. அவரது முதலாவது சிறுகதைத் தொகுப்பு *'In our Time'* வெளிவந்து விசேட கவனத்தைப் பெறுகின்றது. அதற்கு முன்னராக அவரின் 'மூன்று கதைகளும், பத்துக் கவிதைகளும்' என்ற தொகுப்பு வெளிவந்தாலும், அவரது குடும்பத்தினர் உட்படப் பலர் வெளிப்படையாக இதில் 'பாலியலைப் பேசியதற்காக எதிர்மறையாகப் பேசியிருக்கின்றார்கள்.'

ஹெமிங்வே தனது இருபத்திரண்டாவது வயதில் திருமணஞ்செய்து, கனடாவில் இருக்கும் 'ரொறொண்டோ ஸ்டார்' பத்திரிகையில் பத்திரிகையாளராக வேலைசெய்தபடி பாரிஸில் வசிக்கத் தொடங்குகின்றார். பிரான்ஸ் வாழ்க்கையையும், ஸ்பானிய காளைச் சண்டையையும் பின்னணியாகக் கொண்டு ஹெமிங்வே தனது முதலாவது நாவலான *'The Sun also Rises'*ஐ எழுதி வெளியிடுகின்றார். அடுத்த நாவலாகத் தனது முதலாம் உலகப்போர் அனுபவங்களின் பின்னணியை வைத்து *'A Farewell to Arms'* என்ற புதினத்தை ஹெமிங்வே சில வருடங்களுக்குள் எழுதுகின்றார். இந்தப் புதினம், போரோடு தொடங்கிக் குழந்தை ஒன்றைப் பெறும் பெண்ணின் அவலச்சாவோடு முடிகின்றது. இது போரினால் ஏற்படும் இழப்புக்களை மட்டுமின்றி அதன் நிமித்தம் விளையும் பெரும் வெறுமையையும் காட்சிப்படுத்துகின்றது. எந்தப் போராயினும் அங்கே கதாநாயகர்கள் இருப்பதில்லை, வெற்றியும் கொண்டாட்டங்களும் வெற்று ஆரவாரங்களே என மிக நுட்பமாக ஹெமிங்வே இதில் எழுதிச் செல்கின்றார்.

இந்த இரண்டு நாவல்களும் மிகுந்த வரவேற்பைப் பெற்ற நிலையில், ஹெமிங்வே அவரது முப்பதுகளிலேயே பிரபல்யம் வாய்ந்த ஒரு படைப்பாளியாக மாறிவிடுகின்றார். அதேவேளை அவர் தனது அடுத்த மனைவியான போலினையும் இந்தக் காலத்தில் கண்டடைகின்றார். போலின் ஒரு வசதியான குடும்பத்தில் பிறந்தவர். போலினும், அவரது குடும்பத்தினரும்

ஹெமிங்வேயின் எழுத்தின் மீது மிகுந்த மதிப்புடையவராக இருந்திருக்கின்றார்கள். போலின், ஹெமிங்வேக்கு வாழ்க்கைப் பாடுகள் குறித்த சிக்கல்கள் நெருக்காது நிம்மதியாக எழுத வழிவகுத்துக் கொடுக்கின்றார்.

போலின் குடும்பத்தினர் ஏற்பாடுசெய்துகொடுக்கும் பயணத்தாலேயே ஹெமிங்வே தனது குழுவினருடன் ஆபிரிக்க ஸபாரிக்குப் போக முடிகின்றது. வேட்டையாடுதல் குறித்த சிக்கலான கேள்விகள் இப்போது இருந்தாலும் ஹெமிங்வே எப்படிக் காளைச் சண்டையைப் பார்க்க ஆர்வமுடையவ ராக இருந்தாரோ, அவ்வாறே வேட்டையாடுதலையும் ஒரு சாகசமாகச் செய்தார். காளைச் சண்டை பற்றியும் (Death in the Afternoon), ஸபாரியில் வேட்டையாடியது குறித்தும் (Green Hills of Africa) இரண்டு அல்புனைவுகளை விரிவாக ஹெமிங்வே எழுதியிருக்கின்றார்.

ஹெமிங்வே எப்படி எழுத்தில் புதுமைகளைக் கண்டடையப் பிரியப்பட்டாரோ அப்படியே காதல்களையும் ஒருவித சாகசத்துடன் எங்கும்/எதிலும் நிறைவடையாமல் தேடிச் சென்றிருக்கின்றார். ஆகவேதான் அவர் எழுத்துமீது விருப்புடைய மார்த்தா என்கின்ற புதுக் காதலியை அடுத்துக் கண்டடைகின்றார். அப்போது தொடங்கியிருந்த ஸ்பானிய உள்ளூர்ப் போருக்கு, புரட்சிக்காரர்களை ஆதரிக்கும் ஒருவராகவும் பத்திரிகையாளருமாக ஹெமிங்வே மார்த்தா வுடன் ஸ்பெயினுக்குச் செல்கின்றார்.

மார்த்தாவின் காதல் ஹெமிங்வேயை மூன்றாவது திருமணத்தை நோக்கி நகர்த்துகிறது. ஏற்கெனவே முதல் மனைவியுடன் ஒரு மகனும், இரண்டாவது மனைவியுடன் இரண்டு மகன்களும் இருக்கும் நிலையில், இப்போது ஹெமிங்வே தனது மூன்றாவது மனைவியாக மார்த்தாவை ஆக்குகின்றார். ஹெமிங்வேயின் காதல் அறம் மிகவும் சிக்கலானது. அவர் ஒரு திருமண உறவில் இருக்கும்போதே, தனது அடுத்தடுத்த காதலி/ மனைவிகளை நோக்கி நகர்கின்றார். ஒரு எழுத்தாளனின் தனிப்பட்ட வாழ்க்கை இங்கே முக்கியமானதா என்ற கேள்வி நமக்கு எழலாம். ஆனால் ஹெமிங்வேயை அவர் செய்த சாகசங்களில் இருந்து மட்டுமின்றி, அவரது காதல்களிலிருந்தும் பிரித்துப் பார்த்தல் அவ்வளவு எளிதானதல்ல. ஆகவேதான் அவரது சமகாலத்து நாவலாசிரியரான Scott Fitzgerald, ஹெமிங்வே தனது புதிய நாவல்களை எழுதுவதற்காகவே, இப்படிப் புதுப்புதுக் காதலிகளைக் கண்டடைந்துகொள்கின்றார் போலும் என்று எள்ளலாகச் சொல்லியிருக்கின்றார்.

ஹெமிங்வே தனது மூன்றாவது மனைவியான மார்த்தா வுடன் கியூபாவின் ஹாவானாவுக்குக் குடிபெயர்கின்றார். ஹாவானாவில் இருந்தே இடதுசாரிச் சாய்வுள்ள நாவலான 'To Have and Have Not'ஐ எழுதுகின்றார். அடுத்து அவரது பிரபல்யம் வாய்ந்த நாவலான 'For Whom the Bell Tolls'ஐ அவர் தான் சந்தித்த ஸ்பானிய உள்ளூர்ப் போரின் பின்னணியில் வைத்துப் புனைகின்றார். இது அமெரிக்காவில் மிகுந்த வரவேற்பைப் பெற்றபோதும், இடதுசாரிச் சார்புள்ளவர்களால் ஒரு நாட்டு அரசு செய்த அட்டூழியங்களை எப்படிப் புரட்சிக்காரர்களின் கொலைகளுக்கு நிகராக வைத்துப் பேச முடியுமென விமர்சிக்கப்பட்டது.

இதன்பிறகு ஹெமிங்வே எழுதுவதிலிருந்து மெல்ல விலகிச் செல்கின்றார். அதேவேளை கொஞ்சம்கொஞ்சமாகக் குடியினுள் ஆழ அமிழத் தொடங்கினார். அப்போது இரண்டாவது உலகப்போரும் தொடங்குகின்றது. கியூபாவில் அவரோடு இருக்கும் மார்த்தா, ஸ்பானிய உள்ளூர்ப்போரை நேரில் பார்த்து எழுதியதைப்போல இரண்டாம் உலகப்போரையும் பார்த்து எழுத, ஐரோப்பாவுக்குச் செல்வோமென அழைக்கின்றார். ஹெமிங்வே தனக்கு வயதாகிவிட்டதென மறுக்கின்றார். முக்கியமான போர் நடக்கும்போது அங்கு போகாது ஒளிந்திருக்கும் கோழை நீயென ஹெமிங்வேயை மார்த்தா சீண்டுகின்றார். அதற்கு முன்னரே இவர்கள் இருவரின் உறவில் விழுந்த விரிசல் இப்போது பெரிதாக வெடிக்கின்றது.

மார்த்தா ஐரோப்பாவிற்குப் போய், அங்கிருந்து மிகச் சிறந்த யுத்தகாலக் கட்டுரைகளை எழுதுகின்றார். ஹெமிங்வே கியூபாவில் அதை வெளிப்படையாகப் பாராட்டினாலும், "மார்த்தா, இந்தப் போரை விட நான் மிக முக்கியம். என்னுடன் சேர்ந்து வாழ வா" என்று உருக்கமாகவும் ஒருவகையில் சுயநலமாகவும் கடிதங்களை மார்த்தாவுக்கு எழுதுகின்றார்.

இறுதியில் மார்த்தாவுடன் போர்க்களத்துக்கு வருகின்றேன் என்று ஹெமிங்வே கூறுகின்றார். மார்த்தா ஐரோப்பாவிலிருந்து ஹெமிங்வேயிற்காக அமெரிக்கா திரும்பி வருகின்றார். ஆனால் அமெரிக்காவிலிருந்து விமானத்தில் இவர்கள் இருவரும் புறப்படும்போது, அமெரிக்க இராணுவ விமானத்தில் பெண்களை ஏற்றமாட்டார்களென மார்த்தாவைக் கைவிட்டு ஹெமிங்வே போக மார்த்தா கடல்வழியாகப் பயணிக்கின்றார். இது ஹெமிங்வே செய்யும் தந்திரமென மார்த்தாவுக்குத் தெரிந்தாலும் அவர் கப்பல் வழி ஐரோப்பாவுக்குச் செல்கின்றார். மார்த்தா அங்கு சென்று சேர்வதற்குள் ஹெமிங்வே தனது

இளங்கோ

நான்காவது மனைவியாகப் போகின்ற மேரியைப் பிரான்ஸில் சந்தித்து விடுகின்றார்.

ஹெமிங்வே மார்த்தாவைக் கைவிட்டு மேரியைக் காதலிக்கத் தொடங்கினாலும், அவரால் மார்த்தாமீது வெறுப்பை உமிழாமல் விடமுடியவில்லை. கடைசிவரை அந்த வெறுப்புடனேயே ஹெமிங்வே வாழ்ந்தும் இருக்கின்றார். தனக்கான புதுக்காதல்களை, தன்னோடு இருக்கும் பெண்களின் நிலைமைகளை நினைத்துப் பார்க்காமலே தேடிக்கொள்ளும் ஹெமிங்வே, தனக்குரிய பெண்கள் மட்டும் தான் விரும்புவது மாதிரியே இருக்க வேண்டுமென நினைத்தது வியப்பானது. ஒருவர் பெரும் படைப்பாளியாக இருந்தாலும், பல்வேறு சந்தர்ப்பங்களில் இவ்வாறான விடயங்களில் சிறுமையுடைய மனிதராக மாறிவிடுகின்றனர்; ஹெமிங்வே இதற்கு மிகச் சிறந்த ஓர் உதாரணம்.

இதன்பின்னர் ஐம்பத்தைத் தாண்டிய ஹெமிங்வே பதின்மப் பெண்மீதும், பாலியல் தொழிலாளிமீதும் ஈர்ப்புக் கொள்வதெல்லாம் அவரை எப்படிப் புரிந்துகொள்வது என்று வருகின்ற சிக்கலான விடயங்களாகும். ஆனால் அந்தப் பதின்மப் பெண்ணின் மீதான மையலைக் கூட ஹெமிங்வேயினால் புனைவாக்க முடிந்திருக்கின்றது. அதுவே *'Across the River and into the Trees'* ஆக வெளிவந்தது, இது விமர்சகர்களை 'இனி ஹெமிங்வேயிற்கு எழுத எதுவுமே இல்லை, வீழ்ச்சியடைந்த ஒரு படைப்பாளியாகிவிட்டார்' எனக் கடுமையாக எழுத வைக்கின்றது.

ஆனால் ஹெமிங்வே, காளைச் சண்டையில் எத்தனை குத்தீட்டிகளை உடலில் வாங்கினாலும் இன்னமும் சரணடைந்து விடாத ஒரு காளையாகத் தன்னை நிரூபிக்க மீண்டும் எழுதத் தொடங்குகின்றார். அதுவே அவரின் அற்புதமான குறுநாவலான *'The Old Man and the Sea'* ஆக எழுந்து வந்திருக்கின்றது. ஹெமிங்வே இன்னும் வீழ்ச்சியடையவில்லை, படைப்புக் களத்தில் கொம்புகள் விறைக்க மூசியபடி நிற்குமொரு காளை என்று இந்தப் புதினம் நிரூபிக்கின்றது.

இந்தக் காலப்பகுதியில்தான் ஹெமிங்வே மிகப் பெரும் விமான விபத்தை ஆபிரிக்காவில் சந்திக்கின்றார். அவர் இறந்து விட்டார் என்று செய்திகள் வெளியிடப்பட்ட இரண்டு நாட்களின் பின் உயிருடன் திரும்புகின்றார். அவ்வாறு தப்பிப் பிழைத்து, அவர் ஒரு சிறுவிமானத்தில் உகண்டாவின் தலைநகருக்கு மேரியுடன் திரும்பும்போது இன்னொரு விமான விபத்தைச் சந்தித்து உடலில் எரிகாயங்களைப் பெறுகின்றார்.

புதிய படைப்பாளிகள் வந்தாலும் இன்னமும் சளைக்காத காளை என்பது எழுத்தில் நிரூபிக்கப்பட, ஹெமிங்வேயிற்கு இலக்கியத்துக்கான நோபல் பரிசு வழங்கப்படுகின்றது. ஆனால் அவர் அதை சுவீடனுக்குச் சென்று பெற்றுக்கொள்ளும் நிலையில் இருக்கவில்லை. அவருக்கு நோபல் பரிசு கியூபாவில் வைத்து வழங்கப்படுகின்றது. அந்தக் காலத்தில் உலகின் எல்லாப் பாகங்களிலிருந்தும் அவரைச் சுற்றிப் பெரும் ஒளிவட்டங்கள் பாய்ச்சப்படுகின்றன. ஹெமிங்வேயிற்கு அப்போது பொதுவெளிக்கு வந்து பேசுவதில் தயக்கம் இருந்தது. அவரின் உடல்நிலையும் பாதிக்கப்பட்டிருந்த தருணத்தில், அவர் நோபல் பரிசு குறித்து அமெரிக்காவின் ஒரு தொலைக்காட்சி நிறுவனத்திற்குக் கொடுக்கும் பேட்டியில், பல்லிழந்து போன காளை போன்று சோர்ந்துபோன ஒரு ஹெமிங்வேயை நாம் பார்க்கின்றோம்.

எத்தனையோ ஆபத்துக்கள் இருந்தாலும், எவ்வளவோ விபத்துக்களைச் சந்தித்தாலும் சாகசப் பயணங்களையும் யுத்த களங்களையும் தேடிப்போன ஹெமிங்வேதானா இதுவென நமக்கு அவரைப் பார்க்கும்போது பரிதாபம் வருகின்றது. ஆனால் இதுவும் வாழ்வின் ஒருபகுதியே; இவ்வாறான எல்லா சாகசங்களும் பெருமைகளும் வெற்றிகளும் முடிசூட்டல்களும் இறுதியில் அர்த்தம் எதுவுமில்லாது போகுமென்பதை நாம் விளங்கிக்கொள்வதற்கு ஹெமிங்வேயின் வாழ்வை ஓர் உதாரணமாகக்கூட எடுத்துக்கொள்ளலாம்.

இதன் பின்னர் ஹெமிங்வே சந்திப்பதெல்லாம் வீழ்ச்சிகளே. அவரது உளவியலும் மிகுந்த சிக்கலுக்குள்ளாகின்றது. பல்வேறு காலப்பகுதிகளில் வெவ்வேறு வகையான உளவியல் சிகிச்சைகளைப் பெறுகின்றார். காதுக்குள் குரல்கள் ஒலிப்பதும், தற்கொலை பற்றிய சிந்தனையுமென ஹெமிங்வேயின் மனது சிதைவுறுகின்றது. அத்துடன் முற்றுமுழுதாகக் குடிக்கு அடிமையாகிவிட்டதால் அது பெண் வெறுப்பாக, மேரிமீதும் பிள்ளைகள்மீதும் வன்முறையாக மாறுகின்றது. இத்தனைக்கு அப்பாலும் மேரி அவரைக் கைவிடாது அவருடனேயே இருந்திருக்கின்றார். இந்தக் காலத்திலேயே அவர் தனது இருபதுகளில் எழுதி பாரிஸில் தொலைந்துவிட்டதென நினைத்த டயரிக்குறிப்புகளைப் பல ஆண்டுகளுக்குப் பிறகு கண்டு பிடிக்கின்றார். அதை ஹெமிங்வே திருத்தத் தொடங்கி, அதுவே ஹெமிங்வேயின் மரணத்தின் பின்னர் வெளியாகின்ற 'A Moveable Feast' என்கின்ற நினைவுக் குறிப்புகளாகும்.

எழுத்துக்குத் தன்னை முழுதாகத் தாரைவார்த்துக் கொடுத்த ஹெமிங்வே, ஒருநாள் தன் மரணத்துக்கும் தன்னை

முற்றாகக் கொடுக்கின்றார். இளவயதில் தனது தந்தை தற்கொலை செய்ய, அது மிகக் கோழைத்தனமானது என்று விரிவாக எழுதிய ஹெமிங்வேயும் அவ்வாறான முடிவைத் தேர்ந்தெடுத்ததும் துரதிர்ஷ்டவசமானது. தனது தந்தையின் மரணத்துக்குத் தனது தாயும் முக்கியக் காரணமெனத் தாயை விட்டு விலகி அவரோடு நெடுங்காலம் பேசாமலும், தாயின் மரணவீட்டுக்குக்கூட போகாமலும் இருந்த ஹெமிங்வே, எப்படி இப்படியொரு முடிவைத் தன் பொருட்டு எடுத்தார் என்றறிவதற்கு நாம் எளிதாக எந்தக் காரணத்தையும் கண்டடைய முடியாது. ஹெமிங்வேயிற்கு இவ்வாறு இவை யெல்லாம் நிகழ்ந்தன என ஆராயாமல்அதையதை நாம் அப்படியே ஏற்றுக்கொள்ள வேண்டியதுதான்.

ஒரு சிறந்த படைப்பாளியாக இருந்த ஹெமிங்வேயினால் ஏன் அவர் நேசித்த பெண்களை ஒரு கட்டத்துக்குப் பிறகு நேர்மையாக நடத்த முடியவில்லை என்ற கேள்விக்கும் விடையில்லாத மௌனமே பதிலாக இருக்கின்றது. அவ்வாறே அவரது இளையமகன் அவருக்கு எழுதுகின்ற காழ்ப்புணர்வுமிக்க கடிதத்தில் ஒரு தோல்வியடைந்த தந்தையாக ஹெமிங்வேயை நாம் காண்கின்றோம். பிறகு அவரது மகன் ஹெமிங்வேயை மன்னித்தாலும், அந்த வெறுப்பை அவ்வளவு எளிதாக மீளப் பெற்றுவிட ஹெமிங்வேயினால் ஒரு பொழுதும் முடியாதெனவே நினைக்கத் தோன்றுகின்றது.

இத்தனைக்கு அப்பாலும் ஹெமிங்வே தனது எழுத்துக்களால் தலைநிமிர்ந்தே நிற்கின்றார். அதுவரை காலமும் இருந்த புனைவுக்கான எழுத்து நடையை மாற்றியதால் உலகின் பல்வேறு நாடுகளில் இருக்கும் வாசகர்களால் மட்டுமின்றி, பல படைப்பாளிகளினாலும் அவர் இன்றும் கொண்டாடப்படுகின்றார். ஒரு சாகசப்பயணி, தன் சொந்த நாட்டைவிட்டுப் பல்வேறு நாடுகளுக்குச் செல்வதிலும் வாழ்வதிலும் ஆர்வமுடையவர், போரின் கொடுமைகளை நேரடியாகப் பார்த்து அசலாக எழுதிய பத்திரிகையாளன், தன் படைப்புக்களில் நம்மையும் ஒரு பாத்திரமாக உணரச்செய்த படைப்பாளி என்கின்ற பல்வேறு வடிவங்களில் பொருந்திப் போகின்ற ஹெமிங்வே, பலவேளைகளில் சாதாரணர்களில் பார்க்க மிகச் சாதாரணராகவும் இருந்திருப்பதும் உண்மையே. ஆகவேதான் அவர் நமக்கு இன்னும் நெருக்கமாகின்றாரோ, தெரியவில்லை.

ஹெமிங்வே தனது முதல் நாவலை எழுதிக் கிட்டத்தட்ட நூற்றாண்டு வரப்போகின்ற இந்தக் காலத்திலும் ஹெமிங்வே

தனது எழுத்துக்களால் மட்டுமின்றித் தனிப்பட்ட வாழ்க்கை யினாலும் நம்மிடையே வியப்பானவராகவும், விசித்திர மானவராகவும் ஒளிர்ந்துகொண்டே இருக்கின்றார். இன்றும் பல்லாயிரக்கணக்கில் ஹெமிங்வேயின் எழுத்துக்கள் விற்பனையாகிக்கொண்டிருக்கின்றன. புதிய புதிய வாசகர்கள் அவரை ஆர்வமாய்த் தேடிப்போய்க்கொண்டேயிருக்கின்றனர்.

ஹெமிங்வேயின் இறுதிக்காலத்தில் 'Life' சஞ்சிகை, 20,000 வார்த்தைகளில் ஸ்பெயினில் நடக்கும் காளைச்சண்டை பற்றிக் கட்டுரையொன்று கேட்க, அவர் 60,000 சொற்களில் எழுதிவிட்டு, அதை எப்படி/எங்கே வெட்டிச் சுருக்குவதென்று தெரியாது தனது நண்பரிடம் அனுப்பி 20,000 சொற்களுக்கு மாற்றியிருக்கின்றார். சிறந்த எழுத்தாளராக மட்டுமின்றி, தனது எழுத்துக்களுக்கான சிறந்த எடிட்டராகவும் இருந்த ஹெமிங்வேயின் இறுதிக்காலம் சோகமாகவும் சோர்வாகவும் போனதற்கு இதை உதாரணமாகச் சொல்வார்கள். இதே ஹெமிங்வே தனது நாவல் A Farewell to Arms இறுதிப் பகுதி திருப்தியாக வரும்வரை, நாற்பதுக்கும் மேற்பட்ட வித்தியாசமான முடிவுகளை அலுக்காதுசலிக்காது எழுதிப் பார்த்திருப்பதும் குறிப்பிடத்தக்கது.

எழுத்தை அவ்வளவு ஆத்மார்த்தமாக நேசித்த ஒரு படைப்பாளியான ஹெமிங்வே, எழுதுவதைவிட வேறு எதையும் தன் வாழ்நாளில் விரும்பியிருக்கவே மாட்டார் என்பதும், அவரது புத்தகத்தின் முதல் பக்கத்தைப் புரட்டும் புதிய வாசகருக்காய், எங்கோ தொலைவில் இருந்து புன்னகைக்கக் காத்திருப்பாரென்பதும், அவரின் எழுத்தையும் சாகசப்பயணங்களையும் வியந்து பின்தொடரும் என்னைப் போன்றவர்க்கு மிக நன்றாகத் தெரியும்.

இளங்கோ

2

மிலன் குந்தேரா: இருப்பின் இறகிழத்தலும், அபத்தத்தின் வசீகரமும்

மிலன் குந்தேரா 90 வயதுக்கும் மேலே நிறைவான வாழ்வு வாழ்ந்து அண்மையில் காலமாகிவிட்டார் (1929–2023). அன்றைய செக்கோ–ஸ்லாவாக்கியாவில் பிறந்த குந்தேரா, தாய்நாடு முகங்கொடுத்த பல மாற்றங்களை ஒரு நூற்றாண்டாய் அவதானித்து வந்திருக்கின்றார். முதலாம்/இரண்டாம் உலக மகாயுத்தங்கள், செக்கில் பிரசித்தம்பெற்ற புரட்சியான 'ப்ராக் வசந்தம்', அதன்பின்னர் அன்றைய சோவியத் ஒன்றியத்தின் செக்கின் மீதான ஆக்கிரமிப்பு என்று பல சடுதியான மாற்றங்கள் குந்தேரா வாழ்ந்த நாட்டில் நிகழ்ந்திருக்கின்றன. ஆரம்பத்தில் ஓர் இடதுசாரியாக இருந்த குந்தேராவினால் சோவியத் ஒன்றியம், தனது நாட்டின் மீது டாங்கிகள் கொண்டு நடத்திய ஆக்கிரமிப்பை ஒருபோதும் ஏற்றுக்கொள்ள முடியவில்லை. அந்த எதிர்ப்பை, அது ஏற்படுத்திய பாதிப்பைப் பல்வேறு விதங்களில் குந்தேராவின் படைப்புக்களில் நாம் அவதானிக்க முடியும்.

குந்தேரா, அவரது நாற்பதுகளில் பிரான்சிற்குக் குடிபெயர்ந்து பின்னர் கிட்டத்தட்ட முழுமையான பிரெஞ்சுவாசியாகவே ஆகிவிட்டார். அவரிடம் ஓரிடத்தில், தாய்நிலம் பிரிந்துவந்ததை எப்படிப் பார்க்கின்றீர்கள் எனக் கேட்டபோது, "உலக மகா யுத்தங்களின்போது ஜேர்மனியிலிருந்து

அமெரிக்காவுக்குப் புலம்பெயர்ந்த பலருக்குத் திரும்பவும் ஜேர்மனிக்குப் போகும் கனவுகள் இருந்தன. எனவே அவர்கள் அதையொரு தற்காலிகப் புலம்பெயர்வாகவே நினைத்திருந்தனர். எனக்கு அப்படியில்லை. பிரான்ஸிற்கு வந்தபோது அது எனது (புதிய) தாய்நிலம் என்றே நினைத்திருந்தேன். ஒருபோதும் செக்கிற்குத் திரும்பிப் போகும் கனவு எனக்கு இருந்ததில்லை" என்கின்றார்.

ஒருகாலத்தில் மேற்கின் பகுதியாக இருந்த செக், ரஷ்யாவின் ஆக்கிரமிப்பின் பின் கிழக்கின் பகுதியாகவே மாறிவிட்ட தென்கின்றார். தன்னை மேற்கு ஐரோப்பா கலாச்சார வழிவந்த ஒருவனாக நினைத்துக்கொள்வதால் இன்று 'கிழக்கின் பேரரசனாக' இருக்கும் செக் தன்னைக் கவர்வதில்லை என்கின்றார். இதை நாம் குந்தேராவின் 'Ignorance' நாவலில், செக்கைப் பிரிந்து வந்த ஒரு பெண் இருபது ஆண்டுகளின் பின் தாய்நிலம் திரும்பிச் சென்று தோல்வியுடன் திரும்பிவரும் அபத்தத்தினூடாக அவதானிக்க முடியும்.

குந்தேரா இதுவரை பத்து நாவல்களைத் தனது தாய்மொழி யான செக்கிலும், பின்னர் தான் புலம்பெயர்ந்த புதிய நிலப்பரப்பு மொழியான பிரெஞ்சிலும் எழுதியிருக்கின்றார். அவரது ஒரேயொரு (ஆங்கிலத்தில் வெளிவந்த) சிறுகதைத் தொகுப்பான 'Laughable Love' அவரது நாவல்களைப் போல மிகவும் பேசப்பட்ட ஒரு தொகுப்பாகும். அதில்தான் அவரது பிரசித்திபெற்ற கதையான 'The Hitchhiking Game' வெளிவந்தது.

காஃப்கா மிலன் குந்தேராவுக்கு பிடித்த எழுத்தாளர். செக் மீதான ரஷ்ய ஆக்கிரமிப்பின் பின்னும், உங்களுக்கு யாரேனும் ரஷ்ய எழுத்தாளர்கள் பிடிக்குமாவென ஒரு நேர்காணலில் கேட்கப்படும்போது, லியோ தால்ஸ்தோய் தனக்குப் பிடித்த எழுத்தாளர் என்கின்றார். தாஸ்தவேஸ்கியை விட தால்ஸ்தோய் நவீனகாலத்து எழுத்தாளர் என்கின்றார். ஜேம்ஸ் ஜாய்ஸின் 'யுலிஸஸின்' கட்டுப்பாடற்ற தன்னுரைக்கு முன்னோடி, தால்ஸ்தோயின் 'அன்னா கரீனா' என்கின்றார். அன்னா கரீனா' இறுதியில் பேசும் தன்னுரை உண்மையில் அசல் பிரதியில் கட்டுப்பாடற்ற தன்மையுடனும், பகுத்தறிவுக்கு அப்பாற்பட்டு இருக்கின்றதென்றும், அதை பிரெஞ்சு மொழிபெயர்ப்பில் வாசித்தபோது அதன் இயல்புகெட்டுத் தர்க்கத்துக்கு உட்பட்ட தன்னுரையாக அன்னாவின் மனோநிலை மாற்றப்பட்டு வந்திருந்தது என்றும் குறிப்பிட்டிருக்கின்றார்.

அசல்மொழியிலிருந்து பிரெஞ்சுக்கு மொழிபெயர்த் தவர்கள் அப்படியே அந்தக் கட்டுப்பாடில்லாத தன்னுரையை

இளங்கோ

பிரெஞ்சுமொழிக்கு மாற்றினால், தங்களுக்கு மொழிபெயர்க்கத் தெரியாது என்று யாரும் சொல்லிவிடுவார்களோ என்ற அச்சத்தினால் அப்படிச் செய்திருக்கலாம் எனச் சொல்லும் மிலன் குந்தேரா, ஆனால் அதை அதன் இயல்பிலேயே கட்டுப் பாடற்ற தன்மையோடு, தர்க்கமில்லாது மொழிபெயர்த்திருக்க வேண்டும் எனச் சொல்கிறார். இதன் காரணமாகவோ என்னவோ, மிலன் குந்தேரா தனது படைப்புக்களின் மொழி பெயர்ப்புக்களில் மிகவும் நுணுக்கமாகப் பார்த்து நிறையத் திருத்தங்களைச் செய்கின்றவர் எனவும் கூறப்படுகின்றது.

அதே போன்று எழுத்தாளர்கள் என்பவர்கள் தங்களின் படைப்புகளைத் தவிர்த்து, வெளியே தெரியத் தேவையில்லை என்று அடிக்கடி வலியுறுத்திக்கொண்டவர். முக்கியமாக அவர்களின் தனிப்பட்ட வாழ்வு ஒருபோதும் பிறருக்குத் தெரிய வேண்டியதில்லை என்றும் கூறியவர் (இதை வலியுறுத்திய இன்னொருவர் மூாக் தெரிதா). இதனால் பொதுநிகழ்வுகளில் பங்குபெறவோ, தனது புத்தக வெளியீடுகளில் கலந்து கொள்ளவோ மறுத்ததோடு, புகைப்படங்களை வெளியிடவோ, நேர்காணலைக் கொடுக்கவோ தயங்கிய ஒருவராக இருந்திருக்கின்றார் மிலன் குந்தேரா.

The Unbearable Lightness of Being

மிலன் குந்தேராவின் *'The Unbearable Lightness of Being'* மனித வாழ்வின் இருத்தலின் மீதும் குடும்பம் என்ற அமைப்பின் மீதும் கேள்விகளை எழுப்புகின்றது. மூளை சத்திரசிகிச்சை நிபுணனாக இருக்கும் நாயகன் தோமஸ், ஒரு பெண் பித்தனாக *(womanizer)* இருக்கின்றான். அவனது வாழ்வும் தெரேஸா, சபீனா என்னும் இரு பெண்களைச் சுற்றியே நகர்கின்றது. பெண்களை நேசிப்பதற்கும், பெண்களோடு உடலுறவு கொள்வதற்கும் தெளிவான எல்லைகள் இருக்கின்றதென நினைத்து வாழ்வை அதன்பாட்டில் கொண்டாடிக் கொண்டிருப்பவன்.

அவனது பெண்பித்து நிலைமையைத் தெரிந்துகொண்டு திருமணம் செய்கின்ற தெரேஸாவிற்குத் திருமணத்தின் பின்னும் தோமஸ் ஒரு பெண் பித்தனாக இருப்பதை அறிந்து உளவியல் ரீதியில் சிதைவிற்குள்ளாகின்றார். பின்னாட்களில் ரஷ்யா (சோவியத் ஒன்றியம்) செக்கோஸ்லாவாக்கியா நாட்டின் மீது ஆக்கிரமிப்புச் செய்கின்றபோது, சுதந்திரத்தை/உயிரைத் தக்க வைப்பதற்காய் சுவிஸிற்குத் தோமஸூம் தெரேஸாவும் தப்பியோடுகின்றார்கள். அமெரிக்காவாயிருந்தாலென்ன, ரஷ்யாவாயிருந்தாலென்ன, இந்தியாவாயிருந்தாலென்ன அயல்நாடுகளின் மீது ஆக்கிரமிப்புச் செய்வதும், அந்நாடுகளின்

கலாச்சாரங்களைச் சிதைப்பதும் அளவுகளில் அவ்வளவு வேறுபடுவதில்லை.

செக்கில் இருந்தபோது ஒரு சுயாதீனப் புகைப்படப்பிடிப் பாளராய் இருந்த தெரேஸாவுக்கு, தொழில் தேடி சுவிஸில் அலையும்போது தோட்டங்களையும் நிர்வாணப்படங்களையும் எடுத்தால் மட்டுமே பிரசுரிப்போம் என்கின்ற சுவிஸ் பத்திரிகைத் தொழில் வெறுப்புக்குள்ளாகின்றது. மேலும் சுவிஸ் வந்தும், தோமஸ் பெண்பித்தனாக அலைவதைப் பார்த்துச் சோர்வு வந்து, தெரேஸா மீண்டும் ரஷ்ய ஆக்கிரமிப்பிலிருக்கும் செக்கிற்குத் திரும்பிச் செல்கின்றார்.

ஏன் திரும்பிப்போகின்றாய் எனக் கேட்கப்படும்போது, ‘செக்கில் தோமஸ் ஒரு பெண்பித்தனாக இருந்தபோதும் தான் தனித்தியங்க முடிந்திருந்தது. எனக்கு அவனது அன்பு மட்டுமே அப்போது போதுமானதாயிருந்தது. இப்போது எல்லாவற்றின் நிமித்தமும் தோமஸைச் சார்ந்திருக்க வேண்டியிருக்கிறது. எனக்கு வேண்டியது அவனது அன்பு மட்டுமே, நான் தனித் தியங்கவே விரும்புகின்றேன்’ என்று தெரேஸா கூறுகின்றார்.

பெண் பித்தனாக தோமஸ் இருந்தாலும், அவனுக்குப் பிற உறவுகள் உடலுறவுக்காய்த் தேவைப்படுகின்றனவே தவிர, நேசத்திற்கு எனப் பார்க்கும்போது அவனது தேர்வுக்குரியவள் தெரேஸாவாகவே இருக்கின்றாள். தெரேஸாவோடான அன்பு அவனளவில் உணமையானது, அதை வேறு எவரும் ஈடுசெய்ய வும் முடியாது. தெரேஸா செக்கிற்கு மீளப்போனதை அறிந்த தோமஸும் செக்கிற்குள் மீண்டும் நுழைகின்றான். சில அரசியல் காரணங்களால் தொடர்ந்து வைத்திய நிபுணராய்த் தொழில் செய்யமுடியாது தோமஸ் கட்டடவேலை, வர்ணம் பூசுதல் போன்ற உதிரிவேலைகளைச் செய்து வருகின்றான்.

தெரேஸாவாலும் தான் முன்பு பணியாற்றிவந்த பத்திரிகையில் இயங்க முடியவில்லை. ஆரம்பத்தில் செய்துவந்த மதுபானப் பரிசாரகர் (*bartender*) வேலையைத்தான் செய்கின்றார். இதற்கிடையில் தோமஸ் மீண்டும் ஒரு பெண்ணோடு உடலுறவில் ஈடுபடுவதை அறிந்து கோபத்தில் – ரஷ்ய உளவாளி என நம்பப்படுகின்ற – ஒருவரிடம் தன்னைத் தெரேஸா இழக்கின்றார். ஓர் இரவில் தனியே அந்த ஆடவனின் வீட்டிற்குப் போகும் தெரேஸாவை, அந்த நபர் உடலுறவுக்கு அழைக்க, தான் அதற்காய் வரவில்லையென மறுக்கின்ற தெரேஸா, பிறகு தோமஸின் மீதிருக்கும் கோபத்தில் ரஸ்யரோடு இணங்கிப் போகின்றார். எனினும் அந்த உடலுறவு ஒரு பாலியல் வன்முறையைப் போலவே தெரேஸாவுக்குத் தெரிகின்றது.

இறுதியில் தன்னால் முழுமையாக நேசம்கொள்ளக்கூடிய ஒருவர் தோமஸே என உணர்ந்து, தோமஸிடம் திரும்பிவந்து மீண்டும் செக்கிலிருந்து வேறு நாட்டுக்குப் போய்விடுவோம் எனக்கேட்கின்றார். எனினும் இவர்கள் இருவரின் கடவுச்சீட்டுக்களும் ரஷ்ய அதிகாரிகளால் பறிக்கப்பட்டதால் அவர்களால் வேறு நாட்டுக்குத் தப்பியோட முடியாது போக, ஒரு கிராமப் புறத்திற்குச் சென்று வாழ்க்கையை ஆரம்பிக்கின்றார்கள். இயற்கையோடு இயைந்து விவசாய வாழ்வு செய்து தமக்கான சந்தோசத்தைக் கண்டெடுக்கின்ற இந்த இணை, முடிவில் ஒரு ட்ரக் விபத்தில் இறந்துபோவதுடன் நாவல் நிறைவடைந்து விடுகின்றது.

மிலன் குந்தேராவின் இந்நாவல் இருத்தலியத்தையும், குடும்ப அமைப்பையும் நோக்கிக் கேள்விகளை எழுப்புகின்றது. பெண்களை இலகுவில் ஈர்த்துவிடக்கூடிய தோமஸ் ஏன் தெரேஸாவுடனான திருமணத்துக்குச் சம்மதித்தான் என்று வாசிப்பவர்கள் யோசிக்க வேண்டியிருக்கின்றது. ஒருவன்/ ஒருத்தியின் இருப்பு எவ்வாறு இருந்தாலும் அவர்கள் நம்பிக்கை கொள்கின்ற/சரணாகதி அடைகின்ற ஓர் இடம் இருக்கத்தான் செய்கின்றது. அதேயேதான் தோமஸும் தெரேஸாவும் தங்களுக்குள் தேடியிருக்கின்றார்கள் போலும்.

Ignorance

மிலன் குந்தேராவின் 'அறியாமை' (Ignorance) புலம்பெயர்ந்தவர்கள் மீளவும் தாய்நிலம் செல்லும் சாத்தியம்/சாத்திய மின்மைகளைப் பேசுகிறது. செக் நிலப்பரப்பு ரஷ்யப் படைகளால் 1969இல் ஆக்கிரமிக்கப்படுகின்றது. இருபது வருடங்களின் பின் உலக நிலைமைகள் மாற, செக் மீண்டும் சுதந்திரம் பெறுகிறது. ரஷ்ய ஆக்கிரமிப்பால் பிரான்ஸுக்குப் புலம்பெயர்ந்த பெண் தாயகம் மீள்வது, இந்நாவலின் பல்வேறு இழைகளில் ஒரு முக்கிய நிகழ்வாக இருக்கிறது.

இரினா இரண்டு குழந்தைகளுடனும் கணவனுடனும் பிரான்ஸிற்குப் புலம்பெயர்ந்தவள். கணவன் இறந்துபோய், பிள்ளைகளும் வளர்ந்துவிட, அவளுக்கு இப்போது சுவீடனைச் சேர்ந்த கஸ்தோவ் என்கின்ற காதலனும் இருக்கின்றான். பாரிஸிலிருக்கும் இரினாவின் தோழிகள் மட்டுமில்லை அவளின் காதலனும், செக் இப்போது சுதந்திரமடைந்துவிட்டதே, நீ ஏன் இன்னும் தாய்நிலம் போகவில்லை எனத் தொடர்ச்சியாகக் கேட்கின்றனர். தாய்நிலம் போகும் கனவு இல்லாத இரினாவுக்கு, இவர்களின் கேள்விகள் குற்றவுணர்ச்சியை ஏற்படுத்துகின்றது.

இறுதியில் செக்கிற்கு இரினா திரும்புகின்றாள். இருபது ஆண்டுகளுக்கு முன்னிருந்த செக் மட்டுமில்லை, அவளின் நண்பிகளும்கூட அவளுக்குத் தொடர்பில்லாத/தெரியாத ஒரு உலகைப் பற்றிப் பேசுகின்றனர். அவளின் வருகையை அவர்கள் கொண்டாடுகின்றனரே தவிர, தங்களுக்குத் தெரியாத அவளின் அந்த இருபது ஆண்டுகள் பற்றி அறிய எவருமே அக்கறை கொள்கின்றார்களில்லை. அது இரினாவிற்குத் துயரத்தை மட்டுமின்றிச் சலிப்பையும் கொண்டு வருகின்றது.

அவளது ஒரு தோழி மட்டுமே கொஞ்சம் இரினாவைப் புரிந்துகொள்கின்றாள். எல்லோரும் தங்கள் செக் நாட்டுக் கலாச்சாரத்தைக் காட்ட பியர்களை ஓடர் செய்து குடிக்கும் போது, இரினா பிரான்சிலிருந்து கொண்டுவந்த வைனின் அருமையை இந்தத் தோழியே கண்டுகொள்கின்றாள். ‘நமது செக் மக்கள் கடந்த இருபது ஆண்டுகளாக செக்கில் நடந்த கொடுமையையே மறந்தது மாதிரி புதிய வாழ்வைக் கொண்டாடிக் கொண்டிருக்கும்போது, நீ உனது புலம்பெயர்ந்த 20 வருடகால வாழ்க்கையை அவர்கள் அறிவார்கள் என நினைக்கின்றாயா?’ என அவள் கேட்கின்றாள்.

இரினாவின் தோழிகள் மட்டுமில்லை, அவளின் காதலனான குஸ்தாவாவும் அவளிலிருந்து கொஞ்சம்கொஞ்சமாக விலகிப் போகின்றான். அந்த விலகல் நடக்கும் கட்டத்தில் இரினா தனது இளமைக்காலக் காதலனான யோசெப்பைக் காண்கின்றாள். அவளுக்கு அவனை ஞாபகம் இருப்பதுபோல, அவனுக்கு இவள் பற்றிய எந்த நினைவுமில்லை. இருபது ஆண்டுகளுக்கு முன் ஒருநாள் சேர்ந்து கதைத்து, மது அருந்திக் கொண்டாடியபோது, அவளுக்கென அவன் உணவகத்தில் களவாடிக்கொண்டு வந்து கொடுத்த ஆஸ்ட்ரேயை இரினா இன்னமும் கவனமாக வைத்திருக்கின்றாள்.

இருபது ஆண்டுகளில் யோசெப்பிற்கும் நிறைய நடந்தேறி விட்டன. வைத்தியர்கள் நிறைய இருக்கும் குடும்பத்தில் வந்த அவன், மிருக வைத்தியராகப் பின்னாட்களில் மாறியிருக்கின்றான். இரினாவைப் போல அவனும் ரஷ்ய ஆக்கிரமிப்பால் டென்மார்க்கில் குடிபெயர்ந்திருக்கின்றான். அவன் அவ்வாறு புலம்பெயர்ந்ததால் அவனது குடும்பம் ரஷ்யப் படைகளால் துன்புறுத்தப்பட்டும் இருக்கின்றார்கள். டென்மார்க் போய் அங்கே அந்த நாட்டுப் பெண்ணை மணந்துகொண்டு, இப்போதுதான் 20 ஆண்டுகளின் பின் செக்கிற்குள் அவனும் கால்வைக்கின்றான்.

இறுதியில் இரினாவுக்கும் யோசெப்பிற்கும் செக் தமது பழைய செக் இல்லை என்கின்ற சலிப்பு வருகின்றது. இந்த நாட்டில் இனி ஒருபோதும் இருக்க முடியாது என இருவரும் முடிவு செய்கின்றனர். தாய்நிலம் மீண்ட இருவரின் அனுபவங்களும் கசப்பாக இருக்கின்றன. யோசெப், தன் மனைவியை நோய்க்குக் காவுகொடுத்துவிட்டான். ஆனால் நினைவுகளை அழிக்காது அவள் உயிரோடு இருந்திருந்தால் ஒரு வாழ்வை அவன் அவளோடு சேர்ந்து எப்படி வாழ்ந்திருப்பானோ அவ்வாறு ஒரு வாழ்வைத் தன் வீட்டினுள் வடிவமைத்துத் தானும் தன்பாடுமாய்த் தனித்து வாழ்ந்து வருகின்றான்.

குஸ்தாவின் மீதான விலகல் இரினாவிற்கு யோசெப்பின் மீது ஈர்ப்பைக் கொடுக்கின்றது. யோசெப் ஒருகாலத்தில் அவளின் காதலனாக மாற இருந்தவன் என்பதால் நேசம் இன்னும் அடர்த்தியாக இரினாவுக்குள் இருக்கிறது. அவனோடு தன் உடலைப் பகிர்ந்த இரவின் பின்தான் இரினா அறிந்து கொள்கின்றாள், யோசெப்பிற்குத் தன்னைப் பற்றி எந்தக் கடந்த கால நினைவும் இல்லை என்ற உண்மையை, அது அவளுக்கு இன்னும் அதிர்ச்சியாக இருக்கின்றது.

மீளத் தாயகம் திரும்பும் கனவு மட்டுமில்லை, மீளப் புதிய காதலைக் கண்டடையும் கனவும் இரினாவிற்குக் கலைந்து போகின்றது. புலம்பெயர்ந்த எல்லோர்க்கும் தாய் நிலம் மீளும் பெருங்கனவு இருந்துகொண்டே இருக்கின்றது. ஆனால் உண்மையிலே அந்தக் கனவு அழகான கனவுதானா என்பதையே மிலன் குந்தேரா 'அறியாமை'யில் பல்வேறு விதமான இழைகளைப் பிடித்துப்பிடித்துக் கேள்விகளால் முன்வைக்கின்றார். கடந்தகால நினைவுகளை இல்லாமற் செய்வது கடினமானதுதான், ஆனால் அதைவிட நிகழ்காலம் இன்னும் பாழ் என்கின்றபோது எந்த மனிதரால்தான் வாழ்வினை நம்பிக்கையுடன் எதிர்கொள்ள முடியும்?

Laughable Loves

ஆங்கிலத்தில் வெளிவந்த ஒரேயொரு குந்தேராவின் சிறுகதைத் தொகுப்பு இதுவாகும். இத்தொகுப்பில் இருக்கும் கதைகள் குந்தேரா செக்கில் 1958–1968இல் இருந்தபோது எழுதிய கதைகளாகும். அவர் ஒருபோதும் செக் என்று எழுதுவதில்லை, பொஹிமியா என்றேதான் தனது தாய்நாட்டைக் குறிப்பிடு கின்றார். கதைகளிலும் அப்படியே பொஹிமியா என்றே அடையாளப்படுத்தவும் செய்கின்றார்.

இந்தப் புத்தகத்திலும் ஆண்-பெண் உறவுகளே ஆழமாகப் பேசப்படுகின்றன. மனித உறவுகளை இருத்தலியத்தின் நீட்சியாகக் கவனப்படுத்தும் குந்தேரா அதை ஒவ்வொரு கதைகளிலும் காதலினூடும் காமத்தினூடும் நமக்கு வெளிப்படுத்துகின்றார். இந்தக் கதைகளில் வரும் காதல், காமம் எல்லாமே இறுதியில் அபத்தங்களை நோக்கி நகர்வதையும் நாம் காணமுடியும்.

இத்தொகுப்பில் இருக்கும் 'எட்வர்ட்டும் கடவுளும்' மிகச்சிறப்பான கதையெனச் சொல்வேன். கம்யூனிசத்தை, கடவுள் விருப்பை, காதலின் அபத்தத்தை, மனித வேட்கையை இதைவிட எள்ளலாகவும் தீவிரமாகவும் குந்தேரா இன்னொரு கதையில் சொல்லியிருப்பாரா எனத் தெரியவில்லை. எட்வர்ட் என்கின்ற இளம் ஆசிரியருக்கு, கடவுளை நம்பும் அலிஸின் மீது காதல் வருகின்றது. காதலை வளர்த்தாலும், மிகத் தீவிரமாக யேசுவை நம்பும் அலிஸ் காமம் நோக்கி நகர எட்வர்ட்டை அனுமதிப்பதில்லை. திருமணத்துக்கு முன்னரான உடலுறவை எங்கள் மதம் அனுமதிப்பதில்லை என்று அலிஸ் வாதிடுகின்றாள். கடவுள் நம்பிக்கையில்லாத எட்வர்ட் அலிஸுக்காகவே தேவாலயத்துக்குச் செல்லத் தொடங்குகின்றார். அவ்வாறு அலிஸின் நம்பிக்கையைப் பெறும் நோக்கில் தனது கடவுள் நம்பிக்கையைப் பொதுவெளியில் காட்டும்போது அவர் கற்பிக்கும் பாடசாலையினால் கண்டிக்கப்பட்டு விசாரணைக்கு உட்படுத்தப்படுகின்றார். பாடசாலையில் கற்பிக்கும் ஒருவர் தனது மதநம்பிக்கையைப் பொதுவெளியில் காட்டக்கூடாதென்று அங்கே வழக்கம் இருக்கிறது. இப்போது எட்வர்ட்டுக்கு அவரது ஆசிரியத் தொழிலே பறிபோய்விடும் ஆபத்து வருகின்றது.

எட்வர்ட்டை விசாரிக்கும் குழுவில் இருக்கும் பெண்ணாலேயே, அதற்கு முன்னர் எட்வர்ட்டின் தமையனின் வளாக வாழ்வே இல்லாமற் செய்யப்பட்டதால், எட்வர்ட்டின் தமையன் இது குறித்து எச்சரிக்கை செய்தே எட்வர்ட்டை அனுப்பியிருந்தார் என்றாலும் 'விதி' எட்வர்ட்டின் வாழ்விலும் மீண்டும் விளையாடுகின்றது. எட்வர்ட்டின் தமையன், படிக்கும் காலத்தில் ஸ்டாலின் இறந்துபோன செய்தி தெரியாது, நன்கு தூங்கியெழுந்து அடுத்த நாள் வளாகத்திற்குப் போனபோது, – இப்போது எட்வர்ட்டை விசாரிக்கும் பெண் – அப்போது ஒரு துயரச்சிலை போல நடுவளாகத்தில் காட்சியளித்தபடி நிற்கின்றார். எட்வர்ட்டின் தமையனுக்கு, ஸ்டாலின் இறப்பின் விபரந் தெரியாது, ஆகவே அந்தத் 'துயரச்சிலையை' மூன்றுமுறை சுற்றி, எள்ளல் செய்து சிரிக்கின்றார். அந்த வளாகமோ இவர்

வேண்டுமென்றே ஸ்டாலினுக்கு எதிராகக் கலகம் செய்கின்றார் என்று நினைக்கின்றது. இதன் காரணமாக அன்று எட்வர்ட்டின் மூத்த சகோதரர் வளாகத்தில் இருந்து விலக்கப்படுகின்றார்.

இப்போது எட்வர்ட்டின் கடவுள் நம்பிக்கையை விசாரிப்பவரும் அதே பெண்தான். எட்வர்ட் 'உண்மையில் தனக்குக் கடவுள் நம்பிக்கை இல்லை, அலிஸிற்காகவே இப்படித் தேவாலயத்துக்குப் போகின்றேன்' என்பதை மறைத்து, தனக்குள் எங்கிருந்தோ கடவுள் நம்பிக்கை வந்துவிட்டது என்று ஓர் அப்பாவித்தனமான நாடகத்தை விசாரணைக்குழுவின் முன் ஆடத்தொடங்குகின்றார். விசாரணைக் குழு அதை உண்மையென நம்பி, இவரை 'நல்மனிதனாக்கும்' முயற்சியை இப்போது நிர்வாகியாக இருக்கும் அந்தப் பெண்ணிடம் கொடுக்கின்றது.

இவ்வாறாக அந்தச் சந்திப்புக்கள் நீண்டு அந்தப் பெண் நிர்வாகி இவரைத் தனது ஸ்டூடியோ அடுக்ககத்திற்கு அழைத்துப் போக, அது உடலுறவுக்குச் செல்கின்றமாதிரியும் ஆகிவிடுகின்றது. கடவுள் நம்பிக்கையை இல்லாமல் செய்ய, எட்வர்ட்டை அழைக்கும் அந்தப் பெண்ணை, எட்வர்ட் காமத்தின் நிமித்தம் முழந்தாளிட்டுக் கடவுளின் பெயரால் என்று பிரார்த்தனையைச் செய்ய வைக்கின்றார்.

இதுவரை தனது காதலை, காமத்தை மறுத்துவந்த அலிஸுக்கு எட்வர்ட் மதநம்பிக்கைக்காகப் போராடும் ஒரு போராளி போலக் காட்சியளிக்கத் தொடங்குகின்றார். மற்ற எல்லோரும் அமைதியாக இருக்க, எட்வர்ட்டே தனது கடவுள் நம்பிக்கைக்காய்த் தனது தொழிலைக்கூடத் துறக்கத் தயாரானவர் என்று அலிஸிற்கு அவர்மீது மதிப்புக் கூடுகின்றது. எட்வர்ட்டுக்குத் தன்னை முழுதாகக் கொடுக்க அலிஸ் சம்மதிக்க, கிராமப்புறப் பண்ணை வீடொன்றுக்கு எட்வர்ட் அழைத்துப் போகின்றார். அதுவரை உடல்சார்ந்து காமத்தைப் பெருக்கிப் பெரும் ஆனந்தத்தைக் கொடுத்துக்கொண்டிருந்த அலிஸ் தன்னைக் கொடுத்த அந்த இரவின் பின் எட்வர்ட்டுக்கு ஒரு சாதாரணப் பெண்ணைப் போல ஆகிவிடுகின்றார். அந்தப் பயணம் முடியும் தறுவாயிலேயே, 'அலிஸ் நீ இப்போது ஒரு உண்மையான கடவுள் நம்பிக்கையான பெண் இல்லை. உன்னை எனக்குத் தந்ததால் நீ உன் மதத்துக்குத் துரோகம் செய்துவிட்டாய், இதுவரை நான் உன்மீது வைத்திருந்த நம்பிக்கை அனைத்தையும் தவிடுபொடியாக்கிவிட்டாய்' என்று கோபித்து அலிஸோடு உறவை அத்தோடு முறித்துவிடுகின்றார்.

ஆனால் எட்வர்ட்டைவிட வயது முதிர்ந்த பெண் நிர்வாகியோடு உடல்சார்ந்த உறவு, அலிஸின் உறவைத்

துறந்த பின்னரும் எட்வர்ட்டுக்கு நீள்கின்றது. இப்போது எட்வர்ட் அலிஸையும், அந்தப் பெண் நிர்வாகியையும் தனது வாழ்வினுள் கடந்து வந்துவிட்டார். அவருக்கு இதற்குப் பின் பல பெண்களின் உறவுகளும் வாய்த்துவிட்டன. தனித்திருந் தால் இவற்றை நன்கு அனுபவிக்க முடியும் என்பதையும் கற்றுணர்ந்துவிட்டார். இந்தக் கதையை முடிக்கும்போதுதான் குந்தேராவின் கதையெழுதும் நுட்பம் நமக்கு நன்கு புலப்படும்.

எட்வர்ட் அவ்வப்போது தேவாலயத்துக்குச் செல்கின்றார். ஆனால் அதை வாசிப்பவராகிய எங்களை உண்மையிலே எட்வர்ட்டுக்குக் கடவுள் நம்பிக்கை வந்துவிட்டதென்று நம்ப வேண்டாம். அவருக்குக் கடவுள் இல்லை என்ற விசயம் நன்கு தெரியும். ஆனால் அவருக்குக் கடவுள் என்ற கருத்திற்கான ஏக்கம் இருப்பதால் மட்டுமே தேவாலயத்துக்குச் சென்று கொண்டிருக்கின்றார் என்று நமக்குச் சொல்கின்றார் குந்தேரா. எப்போதும் எதையும் தொலைத்ததுபோல இருக்கும் எட்வர்ட் ஒருநாள் தேவாலயத்தின் விதானத்தைப் பகல்கனவில் பார்த்தபோது, கடவுள் சூரிய ஒளியில் எட்வர்ட்டுக்குத் தரிசனம் கொடுத்தார். அப்போது மட்டும் எட்வர்ட் நன்கு சிரித்தார். ஆகவே இந்தக் கதையை வாசிக்கும் நீங்களும் தயவுசெய்து அந்தச் சிரித்த முகத்து எட்வர்ட்டை உங்கள் நினைவுகளில் வைத்துக்கொள்ளுங்கள் என்று மிலேன் குந்தேரா இந்தக் கதையை முடிக்கிறார்.

இவ்வாறு இந்தத் தொகுப்பு முழுதும் எள்ளலும் அபத்தமானதுமான காதல் கதைகள் சொல்லப்படுகின்றன. சில கதைகளில் வயது முதிர்ந்த பெண்களோடு இளம் ஆண்களுக்கு வரும் காதல்கள், அவர்கள் அதுவரை வைத்திருக்கும் நம்பிக்கை களை உடைத்துப் பார்க்கும் காம நிகழ்வுகள் எனப் பல பாத்திரங்களை குந்தேரா இங்கே நமக்குத் தருகின்றார். இந்தக் கதைகளின் பலமும் பலவீனமும் என்னவென்றால் ஆண்களே முக்கியப் பாத்திரங்களாகின்றனர். பெண்கள் இரண்டாம்நிலைக் கதாபாத்திரங்களாகின்றனர். அத்தோடு அவர்கள் பெரிதாகத் தங்கள் குரல்களில் பேசுவதில்லை. பேசினாலும், அதை மிஞ்சி குந்தேராவின் ஆண் பாத்திரங்கள் எள்ளலாக எதையாவது சொல்லித் தம்மை நிரூபிக்க முயல்கின்றன.

இந்தக் காரணங்களினால் இன்றைக்கு (இவை எழுதப் பட்டுக் கிட்டடத்தட்ட 50 ஆண்டுகள்) குந்தேராவின் பெண் பாத்திரப் படைப்புகள் கேள்விக்குட்படுத்தப்படலாம். பெண் பாத்திரங்கள் பெரிதும் காதல் / காமம்சார்ந்து வருகின்றனவே தவிர, அவை ஒருபோதும் ஆணைச் சாராது தனித்து நிற்கும்

உறுதியான பாத்திரங்களாய்க் காட்டப்படுவதில்லை. குந்தேராவின் பெண்கள் தனித்து வாழ்ந்தாலும், கணவனை இழந்து வாழ்ந்தாலும், ஏன் கணவனோடு சேர்ந்து வாழ்ந்தாலும் ஆணின் பார்வையினூடாகவே வாசிக்கும் நமக்கு அவர்கள் கடத்தப்படுகின்றதைச் சுட்டிக்காட்டவே வேண்டியிருக் கின்றது. இதனால் குந்தேராவின் கதைகள் வீரியமிழப்பதாகச் சொல்ல வரவில்லை, ஆனால் இவற்றையும் நினைவில் வைத்தே குந்தேராவின் படைப்புக்களை நாம் வாசிக்க வேண்டு மெனக் கவனப்படுத்த விரும்புகின்றேன்.

The festival of insignificance

இதுவே குந்தேரா எழுதி இறுதியாக (2014) வெளிவந்த நாவலாகும். இந்த நாவல் தொடங்குமிடம் மிகவும் சுவாரசிய மானது. தெருவில் நடந்துபோகும் பெண்ணின் தொப்புளைப் பார்த்து அதிலிருந்து ஆராய்ச்சி தொடங்குகின்றது. பெண்ணின் மார்பை, பிருஷ்டத்தை, தொடையை, தொப்புளை இவற்றில் எதை ஒருவன் முதலில் பார்க்கப் பிரியப்படுகின்றானோ அதிலிருந்து அவனின் காமம் எப்படியென அலசி ஆராயப் படுகின்றது. பின்னர் நாவலின் இடையில் தேவதைகளுக்குத் தொப்புள் இல்லையெனச் சொல்லப்படுகிறது. அவ்வாறான ஒரு தேவதையே ஏவாள் எனவும் அவளுக்கு ஒருபோதும் தொப்புளே இருந்திருக்காது எனவும் ஒரு உரையாடலில் வரும். ஏனெனில் அவள் எவரினதும் தொடர்ச்சியில்லை. நேரடியாக 'ஆக்குபவரினால்' உருவாக்கப்பட்டவள். ஆனால் ஏவாளுக்குப் பிறகு பிறந்த எல்லோருமே தொப்புள் (கொடி) என்ற இணைப்பின் மூலம் காலங்காலமாய்த் தொடர்பு பட்டிருக்கின்றோம். ஆகவேதான் எம்மால் எந்த வரலாற்றின் நினைவுகளிலிருந்தும் எளிதாய்த் தப்பிவிடமுடிவதில்லை என மிலன் குந்தேரா எழுதிச் செல்வார்.

எனினும் மிகச் சிறந்த படைப்பாளிக்கும் வீழ்ச்சியுண்டு. 'The Festival of Insignificance'இன் முக்கியத்துவத்தை முதல் வாசிப்பில் தவறவிட்டிருக்கலாமென இரண்டாந்தடவை வாசித்தபோதும், மிலன் குந்தேராவின் எழுத்தின் சரிவே இந்நாவலிற்குள் தெரிந்தது. 86 வயதாகிய மிலன் குந்தேராவின் இந்த நாவலின் முதற் பக்கங்களை வாசிக்கத் தொடங்கியபோது, இளமை ததும்பும் ஒரு கதையை மார்க்வெஸ் பிற்காலத்தில் 'Memories of My Melancholy Whores' எழுதியதுபோல எழுதப்போகின்றார் என்றே எதிர்பார்த்தேன்; நினைத்தது தவறாகிப்போன நாவலிது.

மிலன் குந்தேராவின் புனைவுகளில் 'The Book of Laughter and Forgetting', 'The Unbearable Lightness of Being', 'The Joke',

'Laughable Loves' என்பவை பிரசித்தமானவை. ஆனால் என் தனிப்பட்ட விருப்புக்களாக இவற்றோடு *'Ignorance'*, *'Identity'* – ஐயும் சேர்த்துச் சொல்வேன். ஆண்–பெண் உறவுகளின் சுவாரசியம்/அபத்தங்கள், நாடுவிட்டுப் பிரிந்த துயரங்கள், இழப்புக்களை எள்ளல்களோடு தாண்டும் இலாவகம், அரசியல் ஆக்கிரமிப்புக்களை எந்தப் பொழுதும் ஏற்றுக் கொள்ள முடியாத ஓர்மை, ஒன்றுக்கும் மேற்பட்ட உறவுகளில் சிக்கிக்கிடக்கும் மனித மனங்கள் என்று கலவையாக, அதேசமயம் உளவியல் தத்துவார்த்த விடயங்களோடு தொடர்புபடுத்தி சுவாரசியமாக மிலன் குந்தேராவைவிட இன்னொருவரால் சமகாலத்தில் எழுதிவிட முடியுமா எனத் தெரியவில்லை. அதேவேளை செக்மீதான ரஷ்யா ஆக்கிரமிப்பு (1989இல்) முடிந்தபின், அதுவரை இருந்த ரஷ்ய–அமெரிக்க இருதுருவ நிலை அரசியல் நிலைப்பாட்டின் காரணமாக, மிலன் குந்தேராவை 70/80களில் தூக்கிவைத்துக் கொண்டாடிய மேற்குலகு பின்னர் அவரைக் கைவிட்டதும் நிகழ்ந்திருக்கின்றது.

மேலும், குந்தேரா செக் மொழியைக் கைவிட்டுவிட்டு பிரெஞ்சில் எழுதத் தொடங்கியபின், அவரது படைப்புகள் முன்னர் போல கொண்டாடப்படும் நாவல்களாக மாறிவிடாத துயரமும் நிகழ்ந்திருக்கின்றது. இன்றைக்கு *#MeToo movement* எழுச்சி பெற்றுவரும் வேளையில், குந்தேராவின் பெண் பாத்திரங்கள்மீது கடும் விமர்சனங்களும் சிலரால் முன்வைக்கப் படுகின்றன. ஒருவகையில் அன்றைய அரசியல் சரி/பிழைகள் பற்றி அக்கறைப்படாது எழுதிய எல்லா எழுத்தாளர்களும் இவ்வாறான கேள்விகளை நிகழ்காலத்தில் சந்திக்க வேண்டியவ ராகவே இருக்கின்றனர். அந்தவகையில் குந்தேராவும் விதிவிலக்கானவர் அல்ல.

குந்தேராவின் நாவல்களில் முக்கியத் தொனியாக அன்றிருந்த ரஷ்ய ஆக்கிரமிப்பு இன்று இல்லாது போன பின், அவரது நாவல்களுக்குச் சமகாலத்தில் என்ன முக்கியத்துவம் என்ற கேள்விகளும் இருக்கின்றன. அதை ஒரு 'காலத்தின் வரலாறு' என எடுத்துக்கொள்ளலாமே தவிர, இன்றைய தலைமுறைக்கு அந்த ஆக்கிரமிப்பு, துயரம் என்னவாக ஆகப் போகின்றது என்ற வினாவும் முக்கியமானதாகும். ஆனால் குந்தேரா தன் நாவல்களினூடாக இதைமட்டும் எழுதியவரல்ல. அவர் மனித இருப்புகள் குறித்தும், ஆண்–பெண் உறவுகள் குறித்தும், நிலைகொள்ளா மனங்களின் விசித்திரமான மாறுதல்கள் பற்றியும் ஆழ்ந்து பார்த்தவராக இருந்த இந்த எல்லா வகையான விமர்சனங்களையும் தாண்டி மிலன் குந்தேரா இன்னும் நெடுங்காலம் மறக்கப்படாமல் இருப்பார்

என்றே தோன்றுகின்றது. இருத்தலியத்தை பிரான்ஸிலிருந்து காஃப்கா, சார்த்தர், காம்யூ போன்றோர் ஒருகாலத்தில் தமது படைப்புகளினூடாகத் தீவிரமாக உரையாடியவர்களென எடுத்துக்கொண்டால், சமகாலத்தில் இருத்தலியத்தின் அழகையும் அபத்தத்தையும் பேசுகின்றவர்களாக நான் ஹருகி முரகாமியையும் மிலன் குந்தேராவையும் சொல்வேன்.

'ஓர் எழுத்தாளராக இருப்பது உண்மை என்னவென்று பிரசங்கம் செய்வதற்காக அல்ல, எது உண்மை என்பதைத் தேடிப் பார்ப்பதாகும்' என்று கூறும் குந்தேரா, 'ஓர் இலக்கியப் படைப்பானது, மனித இருப்பின் அறியப்படாத பகுதியை வெளிக்காட்டி, வாழ்தலுக்கான ஓர் அர்த்தத்தைக் கொடுப்பதாகும்' எனவும் சொல்கின்றார்.

இந்த மனித இருப்பின் 'அறியப்படாத பகுதிகளின் ஆழங்களுக்கு' நம்மைத் தனது படைப்புக்களினூடாக அழைத்துச் சென்று பார்க்கவும், பதற்றப்படுத்தவும், பரவசப்படுத்தவும் செய்தவர் மிலன் குந்தேரா என்பதில் வாசகர்களாகிய நமக்கு எந்தச் சந்தேகமும் ஒருபோதும் வரப்போவதில்லை.

3

ஹென்றி மில்லர் என்னும் எதிர்க்கலாச்சாரவாதி

1

ஹென்றி மில்லர் என்றவுடனேயே எமக்கு அவரின் சிற்றின்ப (*Erotica*) எழுத்துக்களே உடன் நினைவுக்கு வரும். அவரின் இந்தவகை நாவல்கள் அமெரிக்காவில் நீண்டகாலம் தடைசெய்யப்பட்டு இருந்ததால் ஹென்றியை இவ்வாறு அடையாளப்படுத்துவது ஒருவகையில் புரிந்துகொள்ளக்கூடியதுதான். அதேவேளை ஹென்றி அமெரிக்காவில் எதிர்க் கலாச்சாரத்தை எழுத்தில் கொண்டுவந்தவராக, மேற்குலகின் தொழில்புரட்சியையும் நுகர்வோர் வெறித்தனத்தையும் மறுத்லித்தவராகக் கொண்டாடப்படுகின்றார். அதனால்தான் அவருக்குப் பின் வந்த நாடோடித் தலைமுறையினரான பீட் குழுவின் ஜாக் கீரோவிக், அலன் ஜின்ஸ்பேர்க் போன்றவர்களில் பாதிப்பைச் செலுத்தியவராகவும் ஹென்றி இருந்திருக்கின்றார்.

ஹென்றியின் பிரபல்யம் வாய்ந்த முதலாவது நாவலான *'Tropic of Cancer'* பிரான்ஸில் 1934இல் வெளிவந்தபோது, அது அமெரிக்காவில் வாசிக்கத் தடைசெய்யப்பட்டது. இந்த நாவல் மட்டுமின்றி அவர் அடுத்தடுத்து எழுதிய *'Black of Spring'*, *'Tropic of Capricorn'* போன்றவையும் அமெரிக்கா, பிரித்தானியா போன்ற நாடுகளில் தடைசெய்யப் பட்டன.

ஜெர்மனியில் இருந்து அமெரிக்காவில் குடியேறியவர்களின் முதல் தலைமுறையைச் சேர்ந்தவர் ஹென்றி. தையல் தொழில் செய்யும் தந்தையின் வருமானத்தையுடைய நடுத்தரக் குடும்பத்துப் பின்னணியைக் கொண்ட ஹென்றி கல்லூரிப் படிப்பைச் சலிப்புடன் இடையில் நிறுத்திவிட்டுப் பல்வேறு உதிரி வேலைகளைச் செய்கின்றார். எழுத்தாளராகும் கனவு ஹென்றிக்கு இருந்தபோதும் அவரது நூல்கள் எதுவும் அவரது 40 வயதுகள்வரை வெளிவரவில்லை. அதற்குள் அவர் இரண்டு திருமணங்களையும் செய்துவிட்டார்.

அவரது இரண்டாவது மனைவியான ஜூன் ஒரு நடனதாரகை. ஜூனே, ஹென்றியை அவர் செய்யும் வேலையைக் கைவிட்டு முழுநேர எழுத்தாளராக மாறும்படிச் சொல்கின்றார். வேலையை உதறிவிட்டு நியூயோர்க்கின் சனநெருக்கடியுள்ள தெருவால் நடந்து வந்தபோது அப்படியொரு மகிழ்ச்சியைத் தான் உணர்ந்தேன் என்று ஹென்றி இதைப் பிற்காலத்தில் நினைவுகூர்கின்றார். ஆனால் வாழ்க்கை ஹென்றிக்கு அவர் விரும்பிய எதையும் உடனே கொடுத்துவிடவில்லை. ஹென்றியும் ஜூனும் மிகுந்த வறுமையில் அடுத்த பத்து வருடங்கள் வாழ வேண்டிய நிலை ஏற்படுகிறது. ஹென்றிக்கு எழுதுவதில் பெரும் விருப்பமிருந்தாலும், தனது எழுத்து நன்றாக இருக்கிறதென்று அவ்வளவு நம்பிக்கை வரவில்லை. அப்போது ஜூனைச் சந்திக்கும் ஒரு செல்வந்தர், ஜூன் ஒரு நாவலை எழுதித்தந்தால் அவர்கள் விரும்பும் டாம்பீக வாழ்க்கைக்குப் பணம் தருகின்றேன் என்று கூறுகிறார். அந்த நாவலை ஹென்றி, ஜூனின் பெயரில் எழுதிக் கொடுக்கின்றார். அதனால் கிடைக்கும் பணத்தில் ஹென்றியும் ஜூனும் சில மாதங்கள் பாரிஸிற்குச் செல்கின்றனர்.

பாரிஸ் பல அமெரிக்க எழுத்தாளர்களைப் போல ஹென்றியையும் வசீகரித்து விடுகின்றது. அந்தப் பயணம் செய்த இரண்டு வருடங்களுக்குப் பிறகு (1930களில்) ஹென்றி தனித்துப் பாரிஸுக்கு மீண்டும் போகின்றார். அப்படிப் போகும் ஹென்றி கிட்டத்தட்ட பத்து வருடங்கள் அமெரிக்காவுக்குத் திரும்பி வராது பிரான்ஸிலேயே வாழ்கின்றார். அந்தப் பத்து வருடங்களே ஹென்றியின் படைப்பாளுமையின் முக்கியமான காலம் எனச் சொல்லலாம். ஹென்றியின் அநேக நாவல்கள் அவரது சொந்த வாழ்க்கையோடு சம்பந்தப்பட்டவை. ஹென்றியின் பெரும்பாலான படைப்புகளில் அவரது இரண்டாவது மனைவியான ஜூன் வெவ்வேறு புனைபெயர்களில் வருகின்றார். அடுத்த இருபது வருடங்களுக்குப் பின், அமெரிக்காவில் எழுத வருகிற சார்ள்ஸ் ப்யூகோவ்ஸ்கி இதே நிலையில் நின்று தன் சொந்த அனுபவங்களை நாவல்களாக எழுதியிருக்கின்றார்.

ஹென்றி பாரிஸுக்கு வந்தபோதும், அவரிடம் போதிய பணமிருக்கவில்லை. அவர் விடுதிகளில் தங்கியிருப்பதற்காகத் தனது உடைமைகளை விற்கின்றார். ஒருகட்டத்தில் விடுதிகளில் தங்கமுடியாது பாலங்களுக்கு அடியில்கூட உறங்கியிருக்கின்றார். அப்போதுதான் தற்செயலாக அனாஸ் பிரெஞ்சுப் பெண்ணைச் சந்திக்கின்றார். அவர்தான் ஹென்றியின் வாழ்க்கையை மாற்றுகின்றார். அனைஸ் இல்லாவிடின் ஹென்றியின் எழுத்துலக வாழ்க்கை இந்தளவுக்குப் பிரபல்யமாகப் பின்னாட்களில் ஆகியிருக்குமா என்பதும் சந்தேகமே.

அனாஸூம் ஓர் எழுத்தாளர். அதுவரை எந்தப் புத்தகமும் பிரசுரிக்காத ஹென்றியைப் புதிய நாவலொன்றை எழுத அவர் உற்சாகப்படுத்துகின்றார். ஹென்றி தனது பிரான்ஸ் வாழ்க்கையையும், எழுத்தாளனாகும் தத்தளிப்புக்களையும், தனது மனைவியான ஜூன் உள்ளிட்ட பெண்களுடனான காதல்/காம வாழ்க்கையையும் கலந்து எழுதியதுதான் *'Tropic of Cancer'* என்கின்ற அவரது பிரசித்திபெற்ற முதலாவது நாவலாகும்.

அனாஸிஸ் ஹென்றியின் வறுமையான பாரிஸ் வாழ்க்கைக்கு நிதியுதவி செய்பவராக மட்டுமின்றி, ஹென்றியின் முதல் நாவல் வெளிவருவதற்கும் பணவுதவி செய்கின்றார். அனாஸின் பங்களிப்புடன் வெளிவருகின்ற *'Tropic of Cancer'* பெரும் வரவேற்பை பிரான்ஸ், ஜப்பான் போன்ற நாடுகளில் பெறுகின்றது. அமெரிக்காவில் அது காம எழுத்து *(Pornography)* எனச் சொல்லித் தடைசெய்யப்படுகின்றது. ஆனாலும் அங்கு இது பெருமளவில் இரகசியமாக வாசிக்கப்படுகின்றது. அதன் பின்னரான பத்து வருட பாரிஸ் வாழ்க்கையில், ஹென்றி ஆறுக்கும் மேற்பட்ட நாவல்களை எழுதுகின்றார்.

ஹென்றியும் அவரது மனைவியான ஜூனும் பிரான்ஸில் சில காலம் வாழ்ந்தாலும், திருமணமான அனாஸிற்கும் ஹென்றிக்கும் ஜூனுக்கும் இடையில் இருந்த பாலியல் உறவுகள் மிகவும் சிக்கலானவை. அனாஸிஸ் அன்றைய காலத்தில் (1930களில்) இருபாலுறவுக்காரராக ஹென்றியோடும் ஜூனோடும் உறவில் இருந்திருக்கின்றார். சிறுவயதுகளில் இருந்தே நாட்குறிப்பு எழுதும் அனாஸின் நாட்குறிப்பு பின்னர் பதிப்பிக்கப்படுகின்றது. தனது கணவர் உள்ளிட்ட எவரும் உயிருடன் இல்லாதபோதே இவை பதிப்பிக்கப்பட வேண்டும் என்று உயில் எழுதிவைத்த அனாஸின் நாட்குறிப்புகள் இதில் சம்பந்தப்பட்ட அனைவரும் காலமான பின்னரே பதிப்பிக்கப்படுகின்றன.

2

'To be silent the whole day long, see no newspaper, hear no radio, listen to no gossip, be thoroughly and completely lazy, thoroughly and completely indifferent to the fate of the world is the finest medicine a man can give himself.'

-Henry Miller

ஹென்றி மில்லர் தனக்கு மிகப் பிடித்த நாவல்களில் ஹெர்மன் ஹெஸ்ஸேயின் 'சித்தார்த்தா'வைக் குறிப்பிடுகின்றார். அது ஸென்னைப் பற்றிக் குறிப்பிடாமல் ஸென்னைப் பற்றிப் பேசுகின்றது என்கிறார். அதேபோல ஜே. கிருஷ்ணமூர்த்தியின் பாதிப்பைப் பெற்றவராகவும் ஹென்றி இருந்திருக்கின்றார். ஸென்னைப் பற்றிக் குறிப்பிடுகையில் இந்தக் கணமே அடுத்த கணத்தைப் பாதிக்கும் என்றால், நீங்கள் ஐந்து படிகள் தாண்டி ஒன்றைக் கற்பனை செய்யமுடியாது. அப்படித்தான் பலர் இருக்கின்றார்கள், அதனால் வாழ்வு ஏமாற்றமுடையதாக மாறுகின்றது என்கின்றார்.

எழுத்தாளர்கள் எவரும் தொடக்கக் காலங்களில் அசல்தன்மைகளோடு வருவதில்லை. யார் யாரினதோ பாதிப்புக்களோடுதான் அவர்கள் படைப்பாளிகளாக மாறுகின்றார்கள். தன்னை மிகவும் பாதித்தவராக தாஸ்தவேஸ்கியை ஹென்றி குறிப்பிடுகின்றார். அதேவேளை தன் எழுத்து நடையில் ஆதிக்கம் செலுத்தியவராக நோர்வேஜிய எழுத்தாளரான *Knut Hamsun*ஐ நன்றியுடன் நினைவுகூர்கின்றார்.

அனாஸ் எழுதிய குறிப்புகளில் ஹென்றியும் ஜூனும் சம்பந்தப்பட்டவை தொகுக்கப்பட்டு *'Henry and June'* என்று தனித்த ஒரு நூலாக வெளியிடப்பட்டிருக்கின்றது. ஹென்றியின் *'Tropic of Cancer'* இல் வரும் பாலியல் சித்திரிப்புகளுக்கு நிகராக, அனாஸின் அனுபவம்சார்ந்த சுயகுறிப்புகளும் இருக்கின்றன. இன்று பெண்ணியவாதிகளால் – முக்கியமாக அலிஸ் வாக்கர் உள்ளிட்ட பலரால் – அனாஸ் தனக்கும் ஜூனுக்கும் இடையிலிருந்த பாலியல் உறவுகளை மிகத் தத்ரூபமாக எழுதியிருக்கின்றார் என்று பாராட்டப்பட்டு, ஒரு சிறந்த சிற்றின்ப வகைப் படைப்பாளி என இன்று அடையாளப்படுத்தப் படுகின்றார்.

ஹென்றியின் எழுத்து நடையில் அன்று பிரான்சில் பாதிப்புச் செலுத்திய மீமெய்ம்மையியல் *(Surrealism)* மிகப் பெரும் செல்வாக்கை ஏற்படுத்தியிருக்கின்றது. அத்துடன் அனாஸ் ஆர்வத்துடன் கற்ற உளவியல் பகுப்பாய்வும்

ஹென்றியில் ஆதிக்கம் செலுத்துவதை அவரது எழுத்துகள் தன்போக்கில் 'திசைகெட்டு அலைந்து திரியும்'போது நாம் கவனிக்கலாம். ஹென்றி மில்லர் தனது பெரும்பாலான நாவல்களில் தன் மனைவிகளையும் காதலிகளையும் சித்திரித் தாலும், அவரது படைப்புக்களில் அனாஸ் பற்றிப் புனைவாகவோ, அதற்கு வெளியிலோ சித்தரிக்கவில்லை என்பது வியப்புக் குரியது. ஹென்றி அதன்பிறகு பிரான்ஸை விட்டு வெளியேறி அமெரிக்காவில் குடியேறினாலும், ஹென்றியின் நீண்டகால நண்பராக அனாஸ் அவரது மறைவுவரை இருந்திருக்கின்றார்.

பிரான்ஸை விட்டு 1930களின் பிற்பகுதியில் வெளியேறும் ஹென்றி கிட்டத்தட்ட ஒரு வருடம் கிரீஸில் தனது நண்பரொருவருடன் அலைந்து திரிந்திருக்கின்றார். ஹென்றி ஒருவகையில் இப்படியாக அலைந்து திரிகின்றவர் என்றாலும், இன்னொருவகையில் தனது காதலிகளைத் தேடியும் வெவ்வேறு நாடு/நகரங்களுக்குச் சென்றிருக்கின்றார். தன் வாழ்நாளில் ஐந்துமுறை திருமணம் செய்திருந்தாலும் காதலிகளைத் தேடித் திரியும் அவரது பயணங்கள் ஒருபோதும் முடிவடையவில்லை.

கிரேக்கத்தில் அலைந்து திரிந்த தன் பயண அனுபவங்களை எழுதிய *'The Colossus of Maroussi'* ஐயே, ஹென்றி தனது எழுத்துக்களில் மிகச் சிறந்ததாய்ச் சொல்கின்றார். அதன்பின் அமெரிக்காவிற்கு வந்து (1940கள்) பழைய காரொன்றை வாங்கி சில வருடங்கள் அமெரிக்கா முழுதும் தனது நண்பருடன் அலைந்து திரிகின்றார். அப்போது அமெரிக்காவின் இன்னொரு முகத்தைப் பார்த்துக் கவலையடைகின்றார்.

ஐரோப்பாவில் ஒரு புலம்பெயர் வாழ்வைப் பத்து வருடங்கள் வாழ்ந்த ஹென்றிக்கு அமெரிக்காவை ஒரு வெளியாளாகப் பார்க்கும் தெளிவான பார்வையை அந்நாடு கொடுக்கின்றது. அமெரிக்காவின் தொழில் புரட்சியையும் பெரும் நுகர்வையும் மறுபுறத்தில் வறுமையையும் கண்டு வெறுத்து அவர் எழுதிய நூலே *'The Air-Conditioned Nightmare'*.

பலரின் மூளைக்குள் கவனமாகப் பொதிக்கப்பட்ட அமெரிக்கக் கனவையும், அதன் ஒழுக்க விழுமியங்களையும், அவற்றை நியாயப்படுத்த அது புதைத்து வைத்த தொன்மங் களையும் தொடர்ந்து கேள்விகள் கேட்டபடியால் ஹென்றி எதிர்க்கலாச்சாரத்தின் ஒரு அடையாளமாகவும் சுட்டப் படுகின்றார். அது மட்டுமின்றிப் பாலியலை அதிகம் எழுதியதால் தடைசெய்யப்பட்ட அவரது நாவல்கள் – பின்னர் 1960களில் தடை நீங்கியபோது – பாலியல் எழுத்துக்களை மட்டுமின்றி எதையும் 'எழுத்தின் சுதந்திரத்தால்' எழுதமுடியும் என்று

அமெரிக்காவுக்கு எடுத்துக்காட்டிய ஒரு படைப்பாளியாகவும் அவர் நினைவுகூரப்படுகின்றார். கிட்டத்தட்ட பல்வேறு நீதிமன்றங்களில் 60இற்கும் மேற்பட்ட வழக்குகளை ஹென்றியின் நாவல்கள் அதன் பேசுபொருளுக்காய்ச் சந்தித்திருக்கின்றன.

ஹென்றி நீண்டகாலமாக ஒழுங்கான 'வருமானம் இல்லாது இருந்தே' எழுதியவர். அமெரிக்காவுக்குத் திரும்பிய தொடக்க காலத்தில் வீடற்றவராக கலிபோர்னியாவில் இருந்தவர். ஒரு குறிப்பிட்ட காலத்தின் பின்னரே தனது நூல்களுக்கான ரோயல்டி வரத்தொடங்கியதும் ஓரளவு சுமூகமான சமூக வாழ்க்கையை வாழத் தொடங்குகின்றார். ஹென்றியின் பல நூல்கள் அமெரிக்காவில் 1960களுக்குப் பின்னர், அவரின் 70 வயதிலே சட்டபூர்வமாகப் பதிப்பிக்கப் படுகின்றது.

ஹென்றியின் எழுத்துக்களின் வகிபாகம் இன்று என்னவாக இருக்கின்றது என்ற வினா முக்கியமானதாகும். அன்றைய காலத்தில் (1930களில்) ஹென்றியின் எழுத்துக்கள் காலத்தின் முன்னோக்கிப் பாய்ந்த குதிரையின் நான்கு கால் பாய்ச்சலைப் போன்றவை. ஆகவே பல சர்ச்சைகளையும் தடைகளையும் அவை சந்தித்தவை. அதன் மூலம் அன்றைய கால எழுத்துலகில் பல கட்டுடைப்புகளை நிகழ்த்தியுள்ளது.

ஹென்றியின் எழுத்துகளுக்கு அண்மையாக வரும் எழுத்துகளையுடைய ப்யூகோவ்ஸ்கிகூட ஹென்றியை வாசித்தாலும் ஹென்றியை அல்ல, தனது முன்னோடிகளாக ஹெமிங்வே, நீட்ஷே, செலின் போன்றவர்களையே முன்வைக்கின்றார். ஹென்றி நேரடியாகச் சில விடயங்களைச் சொல்வது தனக்குப் பிடித்திருக்கின்றது என்று ப்யூகோவ்ஸ்கி சொன்னாலும், ஹென்றி சட்டென்று வேறொருவகையான கற்பனையான உலகிற்குத் தன் எழுத்துகளைக் கூட்டிச் செல்வதை ஒரு பலவீனமாகச் சொல்கின்றார்.

அதையே இன்றைய புதிய தலைமுறையினர் ஹென்றியின் நாவல்களை வாசித்துத் தமது விமர்சனமாக முன்வைக்கின்றனர். ஆனால் இன்றைக்கு ஹென்றி முதல் நாவலை எழுதி நூறாண்டு ஆகின்ற வேளையிலும் பலர் ஹென்றி மில்லரைத் தேடித்தேடி வாசிப்பதால் அவர் இன்னமும் உயிர்ப்புடைய எழுத்தாளராக இருப்பதையும் குறிப்பிட்டுச் சொல்ல வேண்டும்.

'ஒரு மனிதன் 9–5 மணி நேரம் வேலையைச் செய்து, சாதாரணமான ஒரு வாழ்க்கையை வாழ்ந்து இந்த உலகிலிருந்து நீங்கிப் போகலாம். ஆனால் அவன்/ள் வேறொரு வாழ்வை விரும்பினால் அதற்காக இறக்கும்வரைகூடப் போகலாம்'

என்கின்றார் ஹென்றி. இது கிட்டத்தட்ட ப்யூகோவ்ஸ்கி 'ஒன்றைத் தொடங்குவது என்றால் அதன் முடிவுவரை போக வேண்டும், இல்லாவிட்டால் தொடங்கவே கூடாது' என்று கூறுவதைப் போன்றது (*'If you're going to try, go all the way. Otherwise, don't even start'*).

ஹெமிங்வே பாரிஸிற்கு *1920*களில் போகின்றார். பாரிஸின் அன்றைய சூழ்நிலை ஹெமிங்வேயை ஒரு நல்லதொரு படைப்பாளியாக உருமாற்றிவிடுகின்றது. அவ்வாறே *1930*களில் ஹென்றி மில்லர் பாரிஸிற்குப் போய் ஒரு சிறந்த புனைகதையாளனாக மாறுகின்றார்.

ஹெமிங்வே தனது இளமை குதூகலிக்கும் இருபதுகளில் பத்திரிகை வேலையோடு ஐரோப்பாவுக்குப் போனது போலவன்றி, ஹென்றி மில்லர் தனது நாற்பதுகளில், கையில் உரிய பணமின்றிப் போய்த் தான் விரும்பியதைச் சாதித்திருக்கின்றார். அது மட்டுமின்றிப் பாலியல் கதைகளைச் சுதந்திரமாக எழுதுபவர்க்கும், எதிர்க் கலாச்சாரவாதிகளுக்கும், நாடோடிகளாய் அலைந்து திரிபவர்க்கும் பிரகடனங்கள் எதுவுமின்றித் தன்னியல்பிலே ஒரு முன்னோடியாகவும் ஹென்றி பிற்காலத்தில் மாறியிருக்கின்றார்.

3

'இளமையில் இருக்கும்போது தத்தளிப்புக்களுடனும், பதற்றங்களுடனும் எல்லாவற்றோடும் போட்டிபோட்டு ஓடிக் கொண்டிருப்போம். மத்திய வயதுக்கு வந்தவுடன் எதற்காக ஓடிக்கொண்டிருக்கிறோம் என்கின்ற கேள்விகள் மனதில் எழும். வயது முதிர்கையில் இவையெல்லாமே எவ்வளவு முட்டாள்தனமானவை என்பது விளங்கியிருக்கும். அப்போது மரணம் அல்லது மரணத்திற்குப் பிறகு எப்படி இருக்கும் என்பதே முக்கியமான கேள்வி. நான் மறுபிறப்பை நம்புகின்றேன். அது உண்மையா இல்லையா என்று எனக்குத் தெரியாது. ஆனால் அதை நம்புகின்றேன்' என்று ஹென்றி மில்லர் கூறுகின்றார்.

பசிபிக் கடற்கரையோரம் வீடற்றவனாக அலைந்தபோது எனக்கு இந்த நகரின் அழகு தெரியவில்லை. ஓரளவு வசதிகள் வந்த பின் இது அமைந்திருக்கும் இயற்கையின் பேரழகு புரிந்தது என்று கூறிய ஹென்றி கலிபோர்னியாவில் காலமாகும்வரை வாழ்ந்திருக்கிறார். ஹென்றியின் எழுத்தினால் பாதிக்கப்பட்ட, 'பீட்' எழுத்தாளரான ஜாக் கீவ்ரோக் இதே பெயரில் ஒரு நாவலை எழுதியிருந்ததும் குறிப்பிடத்தக்கது. ஹெர்மன் ஹெஸ்ஸேயைப் போல புத்தராலும் இயற்கையாலும் அதிகம் ஈர்க்கப்பட்ட

ஹென்றி மில்லர், ஹெஸ்ஸேயைப் போல ஓவியங்கள் வரைவதில் ஆர்வமுடையவராக இருந்திருக்கின்றார்.

ஹென்றி தன்னில் உள்ள கெட்டவனை நல்லவனாக்கும் மனோநிலை, ஓவியங்களை வரையும்போது வருகின்றது என்கின்றார். இதையே ஹென்றி மில்லரின் ஆவணப்படத்தில், நிஜத்தில் நல்லவராகத் தோற்றமளிக்கும் நீங்கள் எப்படி மிக மோசமான பாத்திரமாக உங்களைப் புனைவுகளில் முன்வைத்தீர்கள் எனக் கேட்கும்போது, நான் என் புனைவுகளில் எனக்குள் இருக்கும் விலங்கு நடத்தைகளையே முன்வைத்தேன். எந்த அளவுக்கு மோசமாக என்னை முன்வைக்க முடியுமோ அதை முன்வைக்கும்போது எனக்கு அதில் திருப்தி இருந்தது என்று ஹென்றி கூறுகின்றார்.

பெண்ணிய அலை 60–70களில் அமெரிக்காவில் எழுச்சி பெற்றபோது ஹென்றி மில்லரின் நாவல்களும், டி.எச். லோரன்ஸின் எழுத்துகளைப் போல பேசுபொருளாகின. பெண்களை மோசமானவர்களாகவும், பாலியல் ரீதியில் கீழானவர்களாகவும் ஹென்றியோடு (எனக்குப் பிடித்தமான ப்யூகோவ்ஸ்கி உட்பட) பலர் எழுதியிருக்கின்றனர். அப்போதும் பெண்ணியவாதிகளில் ஒரு பகுதியினர் “ஹென்றி மோசமாகப் பெண்களைச் சித்திரித்தாலும் அதில் நேர்மையும் வெளிப்படைத் தன்மையும் இருக்கின்றன; இது வாழ்விலே நாம் சந்திக்கும் எத்தனையோ ஆணாதிக்கவாதிகளைவிடப் பரவாயில்லை, ஒருவகையில் இது இன்னொரு உருமாற்றத்திற்கு *(transformation)* வழிவகுக்கும்” எனச் சொல்லியிருக்கின்றனர்.

இது பெண்ணியம் சார்ந்தது மட்டுமில்லை அரசியல், கலைகளைப் பேசும் எல்லா வெளிகளுக்கும் பொருந்தக் கூடியதே. அப்படி நம்மை நாம் திறக்கையில் அது எவ்வளவு மோசமாக இருந்தாலும், நாம் ஒரு அசலான நல்ல மாற்றத்தை விரும்புகின்றோம் என்றால், நம்மை இவ்வாறு பரிசோதனைக்கு உட்படுத்த வேண்டியே இருக்கின்றது. அந்தவகையில் ஹென்றி மில்லர் தன் அசல் தனத்தை (அவரின் வார்த்தைகளில் தனக்குள் இருக்கும் மிருக நடத்தைகளை) முன்வைத்திருக்கின்றார். அப்படி ஹென்றி வெளிப்படையாக இருந்ததால்தானோ என்னவோ அவரது வாழ்க்கையில் கடைசி எல்லைவரை பெண்கள் ஹென்றியைப் பின்தொடர்ந்து இடைவிடாது வந்திருக்கின்றார்கள்.

‘நான் சாதாரண மனிதர்கள் என்று சொல்லப்படுபவர் களிடையே இருக்க விரும்புகிறேன்.ஒரு நகரத்து மனிதனாக ப்ராக்ளினில் பிறந்து பாரிஸில் பத்து வருடங்கள் கழித்தவன்

பெரும்பாலும் விவசாயமும் எளிய வேலைகளையும் செய்பவர்களோடு பின்னர் கலிபோர்னியாவின் புறநகர்ப் பகுதியில் வாழ வந்தபோது இச்சூழல் எனக்கு முதலில் பிடிக்க வில்லை. ஆனால் கொஞ்ச காலத்திலே இவர்களே அருமையான மனிதர்கள் எனக் கண்டறிந்தேன். இவர்கள் சாதாரண மனிதர்கள் எனச் சொல்லப்பட்டாலும் அசாதாரண மனிதர்களின் வாழ்க்கையையும்/கதைகளையும் கொண்டிருக்கின்றனர். இவர்களோடு இருப்பதில் நான் ஒருபோதும் அலுப்படைவ தில்லை' என்று ஹென்றி தன் BelSur வாழ்க்கை பற்றிக் குறிப்பிடுகின்றார். ஹென்றி இந்நகருக்கு வந்து வாழத் தொடங்கியபின், அவரைத் தேடி வாசகர்களும் பிரபலமான வர்களும் வரத் தொடங்கியபின் அவரின் வீடிருந்த அமைவிடம் இன்னும் கவனத்துக்குரியதாகியிருக்கின்றது.

ஹென்றி தனது வாழ்வில் மூன்று முக்கியமானவர்களை எப்போதும் நினைவுகூர்ந்துகொண்டிருக்கின்றார். அதில் ஒருவர் எழுத்தாளரான Lawrence Durrell. அவரோடுதான் ஹென்றி கிரேக்கத்திற்குப் பயணிக்கின்றார். ஐரோப்பாவில் இரண்டாம் உலக மகாயுத்தம் தொடங்கி, பிரான்சிலிருந்து அமெரிக்காவுக்குத் திரும்புகையில் காசில்லாத நிலையில், தற்கொலை எண்ணத்தோடு இருந்த தன்னைக் காப்பாற்றியவர் லோரன்ஸ் என்கின்றார். மற்ற முக்கியமான இருவரில் ஒருவர் அனாஸ்.

ஹென்றியின் எழுத்தின் முக்கியமான காலத்தில் அருகில் ஒரு காதலியாகவும், பின்னர் ஒரு நீண்டகாலத் தோழியாகவும் இருந்தவர் அனாஸ். ஹென்றி ஒரு ஆவணப்படத்தில் அனாஸோடு பேசும்போது, 'நீங்கள் நான் எழுதிய நாவல்களைத் திருத்திப் பக்கங்களைக் குறைக்க வேண்டும் என்று அடிக்கடி சண்டை பிடிப்பீர்கள். அப்போது அந்த வார்த்தைகளைக் கேட்டு நடந்திருந்தால் நான் சிறிய புத்தகங்களாக அவற்றை யெல்லாம் எழுதியிருப்பேன்' என்று தன் எழுத்துகளை மீளச் சென்று பார்க்கவும் செய்கின்றார்.

ஹென்றியின் வாழ்க்கை ஒருவகையில் நாளாந்த நிகழ்வுகளால் முன்னெடுத்துச் செல்லப்பட்டது போன்று தோன்றும். நியூயோர்க்கில் 'வெஸ்டர்ன் யூனியன்' இல் வேலையை விட்டு விலகியபின் அவர் எந்தப் பணியையும் செய்யவில்லை; முழுநேர எழுத்தாளராக மாறிவிட்டிருந்தார். அவரது வேலையற்ற வாழ்க்கை தொடக்ககாலத்தில் அவரது நண்பர்களாலும், பின்னர் அவர் எழுதிய நூல்களின் ராயல்டிகளாலும் காப்பாற்றப்பட்டிருக்கின்றது.

ஒருவகையில் ஹென்றியின் முதலாவது நாவலான 'Tropic of Cancer' கவனிக்கப்படாது போயிருந்தால் ஹென்றி என்னவாக மாறியிருப்பார் என்பது கேள்விக்குரியது. அவர் வசதியற்றவராக, வீடற்றவராகத் தெருக்களில் அலைந்து திரிபவராக இருந்திருந்தால் கூட, அப்போதும் ஓர் எழுத்தாளராக மட்டுமே தன்னால் இருந்திருக்க முடியும் என்று ஹென்றிக்கு நன்கு தெரிந்திருக்கும்.

அந்த வேட்கைதான் ஹென்றியைப் புறச்சூழல்களின் வேதனைகளைத் தாண்டி எழுத வைத்திருந்தது. எழுத்து மீதான நேசிப்புத்தான் ஹென்றியை அணைந்துவிடாத தீயாக வாழ்க்கையை நேசிக்கவும் வைத்திருக்கின்றது. அந்தத் தீவிரத்திலும் அர்ப்பணிப்பிலும் முகிழ்ந்த ஹென்றியின் எழுத்துக்களை நாம் இன்றும் பேசிக்கொண்டிருக்கின்றோம். அதேவேளை இந்தக் கணம்தான் தனக்கு முக்கியமே தவிர, தன் எழுத்துகள் தன் இறப்பின் பின் என்னவாகும் என்பதைப் பற்றித் தான் அதிகம் கவலைப்படுவதில்லை என்று சொன்னவரும் அதே ஹென்றி மில்லர்தான்.

4

நிகழ்ந்துவிட்ட அற்புதம்: சார்ள்ஸ் ப்யூகோவ்ஸ்கி

1

சார்ள்ஸ் ப்யூகோவ்ஸ்கியைச் சில தசாப்தங்களுக்கு முன்னர் அறிந்திருந்தாலும் அவரை விரிவாக வாசித்துப் பார்த்ததென்றால் சில வருடங்களுக்கு முன்னராகத்தான் இருக்கும். அந்தக் காலப்பகுதியில் ஒரே தொடர்ச்சியில் அவரது அனைத்து நாவல்களையும் வாசித்து முடித்திருந்தேன். எனக்குப் பிடித்தமான அவரது நாவல்களென 'Post Office', 'Women', 'Factotum', 'Hollywood' என்பனவற்றைக் குறிப்பிட்டுச் சொல்லலாம். நாவலாசிரியராக ப்யூகோவ்ஸ்கியை அடையாளப்படுத்துவதைவிட, அவரைக் கவிஞராகப் பார்ப்பதே பலருக்குப் பிடித்தமானது. ஆனால் நான் அவரது கவிதைத் தொகுப்புக்களைத் தேடித்தேடி வாசித்தபோது அவை என்னை முதலில் அவ்வளவு கவரவில்லை. அவை மிக நேரடியான கவிதைகளாக, எவ்வித உள்ளடுக்குகளும் இல்லாது, எளிய சொற்களாலான கவிதைகளாக இருந்ததுபோல எனக்குத் தோன்றின. முக்கியமாக மௌன வாசிப்புக்கு அவை உரியவை அல்ல என்று அவற்றைத் தொடக்ககாலத்தில் தவிர்த்திருக்கின்றேன்.

சில வருடங்களுக்கு முன் தமிழகத்தில் நின்றபோது நண்பர் ஒருவருடைய கவிதைப் புத்தக அறிமுக நிகழ்வுக்குப் போயிருந்தேன். அங்கு

வந்திருந்த எல்லோரும் அந்தக் கவிஞரின் கவிதைகளை உரத்த குரலில் வாசித்தபோது, நான் மட்டும் வழிதவறிய ஆட்டுக்குட்டியாக, 'கவிதைகள் மௌன வாசிப்புக்குரியவை, நான் இவ்வாறு வாசிக்கமாட்டேன்' என மறுத்திருந்தேன். இதை ஏன் இங்கே சொல்கின்றேனென்றால், கவிதைகள் என்றாலே உரத்து வாசிக்கக் கூடாது என்று தீவிரமாய் நம்புகின்ற எனக்கு, விதிவிலக்காக இருந்த ஒருவர் ப்யூகோவ்ஸ்கி. அவர் நிகழ்வுகளில் வாசிக்கும் கவிதைகளை அவரின் குரலில் எப்போது கேட்டாலும் எனக்குத் திகட்டுவதில்லை. ப்யூகோவ்ஸ்கி ஒருவகையான கரகரப்புடனும், அதிகம் அதிர்ந்து போகாத அதிர்வெண்ணிலும் அவரது கவிதைகளை வாசிக்கும்போது இதைவிட வேறொருவராலும் இவ்வளவு அற்புதமாகக் கவிதைகளை வாசித்துவிடமுடியாது போலத் தோன்றும்.

ஒரு காலத்தில் ப்யூகோவ்ஸ்கியின் நாவல்களைத் தேடித் தேடி வாசித்தது போல, அண்மைக் காலமாக அவரைப் பற்றிய எல்லாக் காணொளிப் பதிவுகளையும் பார்க்கத் தொடங்கி யிருக்கிறேன். அதில் குறிப்பிடவேண்டுமென்றால் அவரைப் பற்றிய ஆவணப்படமான *"Bukowski: Born into this"* ஐச் சொல்வேன். ஆனால் என்னைப் போன்று ப்யூகோவ்ஸ்கியின் தீவிர வாசகராக யாரேனும் இருந்தால், அவர்களை, கிட்டத்தட்ட நான்கு மணித்தியாலங்கள் நீளும் *"Bukowski Tapes"*ஐப் பார்க்கச் சொல்வேன்.

2

ப்யூகோவ்ஸ்கி, தனக்கு மனிதர்களைப் பிடிப்பதேயில்லை, தனிமையில் இருப்பதே பிடிக்கிறதெனத் தொடர்ந்து சொல்லிக் கொண்டே இருக்கின்றார். எனக்குப் பெண்களைப் பிடிக்கும், ஆனால் அவர்களோடு வாழ்ந்துகொண்டிருப்பதுகூட மிகவும் கஷ்டமாயிருக்கிறது என்கின்றார். கிட்டத்தட்ட 'ஒரு பொல்லாப்புமில்லை, சும்மா இரு' தத்துவத்தைக் கடைப்பிடிப்பவர் போல ப்யூகோவ்ஸ்கி நமக்குத் தெரிகின்றார்.

சிலவேளைகளில் தான் மூன்றுநாட்களுக்கு மேலாய்த் தூங்கிக்கொண்டே இருந்ததாகவும், ஆனால் அப்படிச் செய்து விட்டு எழும்போது தனக்கு அது தொடர்ந்து இயங்குவதற்கான உயிர்ப்பைத் தருவதாகவும் சொல்கிறார். உங்கள் எவராலும் இதை விளங்கிக்கொள்ளமுடியாது. ஏனென்றால் நீங்கள் எல்லோரும் ஓய்வு எடுப்பது என்பதைக் கொஞ்சம் தூங்குவது, பிறகு எழுந்தவுடன் எதையாவது செய்யவேண்டும், அதன்பின் ஓய்வு எடுப்பது என்று நினைக்கின்றீர்கள். ஆனால் நான் அதைக் குறிப்பிடவில்லை, ஒன்றுமே செய்யாது நாட்கணக்கில்

சும்மா தூங்கியெழுவதைப் பற்றிச் சொல்கின்றேன் என்கின்றார். இதை எல்லோராலும் செய்யமுடியும் என்றாலும், நாமெல்லோரும் வாழ்வதற்காகப் பணம் உழைக்க வேண்டியிருக்கிறது என்பதையும் குறிப்பிடுகிறார்.

ப்யூகோவ்ஸ்கி சிறுவயதில் (6–11வரை) இராணுவத்தில் பணிபுரிந்த தந்தையாரின் மிகப்பெரும் வன்முறைக்கு ஆளாகியிருக்கின்றார். அவரின் தாயார், தகப்பனால் அடிக்கடித் தாக்கப்பட்டதையும் நேரடியாகக் கண்டிருக்கின்றார். அம்மாவைப் பற்றிய ஒரு கவிதையில், 'ஹென்றி நீ எப்போதும் சிரித்துக் கொண்டே இரு என்று கூறுவார், ஆனால் வாரத்தில் மூன்று தடவைகளாவது அடிவாங்கும் அம்மா, அடிவாங்கியபின்னும் என்னைச் சிரித்தபடி இருக்கச் சொல்வார்' என்று துயரத்தின் சாயலில் ஒரு கவிதை எழுதியிருப்பார். இவ்வாறு வன்முறையைப் பார்த்த ப்யூகோவ்ஸ்கிக்கு அரிதாகச் சிலருக்கு வரும் தீவிரமான முகப்பருப் பிரச்சினையும் வந்து அவரது பதின்மத்தில் தாக்க முகம் கோரமான ஒரு வடிவத்தைப் பெறுகின்றது. இதன் காரணமாகக் கிட்டத்தட்ட அவரின் 25 வயதுவரை எந்தப் பெண்ணின் உறவும் இல்லாது இருந்தார். அவர் முதலில் நேசித்து அவரோடு வாழ்வைப் பகிர்ந்த பெண் அவரைவிட பத்து வயது மூத்தவராக இருந்திருக்கின்றார்.

ப்யூகோவ்ஸ்கி பிறகான காலங்களில் ஒரு *homeless* ஆனவர். பூங்காக்களின் பெஞ்சுகளில் படுத்திருந்து, வீடற்ற பலரோடு வாழ்வைப் பகிர்ந்துகொண்டவர். அதனால்தான் ஓரிடத்தில், எந்தத் திரைப்படமானாலும் எவருமே இப்படியான வீடற்றவர்களைப் பற்றிச் சரியாக விவரித்ததே இல்லை என்கின்றார். 'நான் ஒரு தப்பித்தலுக்காய் இப்படி வீடற்றவன் ஆனேன், ஆனால் அவர்கள் இந்தச் சமூகத்திலிருந்து தூக்கியெறியப்பட்டவர்கள், அவர்களுக்கு எந்தத் தெரிவும் இருக்கவில்லை' என்று உண்மையான அக்கறையோடு விளிம்புநிலை மனிதர்களைக் குறிப்பிடுகின்றார்.

பதின்மூன்று வயதில் இருந்தே எழுத்தின் மீது ஆர்வமாயிருந்த ப்யூகோவ்ஸ்கி, எழுதுவதற்கு ஒழுங்கான தாள்கள் இல்லாதபோது கூட, கதைகளைக் கிடைக்கும் பத்திரிகைகளின் விளிம்புகளில் பென்சில் கொண்டு எழுதியிருக்கின்றார். இவ்வாறான காலத்தில் அவரின் முதலாவது கதை பத்திரிகையொன்றில் பிரசுரமாக, ஒரு பத்திரிகை ஏஜெண்ட் பெண், எங்கேயோ விலாசம் கண்டுபிடித்து இவருக்கு அஞ்சலட்டையில் கடிதம் எழுதுகிறார். 'உங்கள் கதை நன்றாக இருக்கிறது, நான் உங்களின் ஏஜெண்டாக இருக்க விரும்புகின்றேன். நல்ல உணவோடும், மதுவோடும் ஓரிடத்தில் இதுபற்றிச் சந்தித்துப்

பேசுவோமா' என அவர் கேட்கின்றார். ஆனால் இந்த இடத்தில் தான் நாம் ப்யூகோவ்ஸ்கியைக் கவனமாகப் பார்க்கவேண்டும். அவருக்கு ஒழுங்கான இடமில்லை, நேரகாலத்துக்குச் சாப்பாடு கிடைப்பதுமில்லை, ஆனால் அவர் ஏஜெண்ட்டுக்குத் திருப்பி எழுதுகிறார்: 'நான் இன்னும் எழுத்தாளனாக ஆவதற்குத் தயாராக இல்லை' என்று. மற்றவர்களாய் இருந்திருப்பின் உடனேயே இந்த வாய்ப்பினை ஏற்றுக்கொண்டிருப்பார்கள். ஆனால் ப்யூகோவ்ஸ்கி ஒரு கிறுக்கர் மட்டுமில்லை, தனது எழுத்தின் நிலவரமும் கூடவே அறிந்தவர். ஆகவே இப்படிச் சொல்லிவிட்டு அமெரிக்காவுக்குள் அலைந்து திரியத் தொடங்குகின்றார். தனது காலத்தைய எழுத்தாளரான ஜேக் செரோக்கிற்குப் பயணம் செய்து எழுதும் விருப்பம் இருந்த தனக்கு அதுகூட இருக்கவில்லை, பயணிப்பது, குடிப்பது, நன்கு தூங்குவது இதுவே தனது விருப்பங்களாக இருந்தது என்கிறார் ப்யூகோவ்ஸ்கி. பின்னர் வாரத்துக்கு மூன்று நான்கு கதைகள் என்றெழுதி அவையெல்லாம் பத்திரிகைகளால் நிராகரிக்கப்பட்டுத் திரும்பி வந்தபோது, அவற்றைக்கூட சேமிக்காது குப்பைத்தொட்டிக்குள் எறிந்துமிருக்கின்றார்.

ப்யூகோவ்ஸ்கி பின்னர் எழுத்தின் மூலம் வசதியாக ஒரு வாழ்வை வாழத் தொடங்கும்போது ஒழுங்கான உணவில்லாது வாழ்ந்த கடந்தகாலங்களையும் நினைவுகூர்கின்றார். அந்தக் காலத்தில் எதையுமே சாப்பிடாது இருபத்தைந்து சதத்துக்கு இனிப்புக்களை வாங்கி இரவில் வாயில் உமிழ்ந்தபடி கழித்த நாட்களைச் சொல்கிறார். ஒவ்வொரு சிறுதுண்டும் அப்படி சுவையாக இருந்தது என அதை அவர் விவரிக்கும்போது, நம்மாலும் அதன் பேரின்பத்தை உணரமுடிகிறது.

3

ப்யூகோவ்ஸ்கியின் பத்தி எழுத்துக்களினாலும், கவிதைகளாலும் ஈர்க்கப்பட்ட ஓர் அச்சுப்பதிப்பாளர், ப்யூகோவ்ஸ்கியிடம் முழுநேர எழுத்தாளராக மாறும்படிக் கேட்கின்றார். ப்யூகோவ்ஸ்கியிற்கோ பயம். பிடிக்காத வேலையென்றாலும், வேலை போனால் மீண்டும் தெருவுக்குள் வாழப் போக வேண்டியிருக்குமே என்று யோசிக்கின்றார். அவரும், அந்தச் சிறு பதிப்பாளரும் ஒருநாள் இருந்து அவரின் மாதச் செலவை (1970) எழுதிப் பார்க்கின்றனர். வாடகைக்கு 80 டொலர்கள், குடி/சிகரெட்/சாப்பாட்டுக்கு 20 டொலர்கள், ஒரு மாதச் செலவு 100 டொலர்கள் என்கிறார் ப்யூகோவ்ஸ்கி. 'சரி நீங்கள் எழுதுகின்றீர்களோ இல்லையோ உங்களுக்கு 100 டொலர்களை வாழ்நாள் முழுதும் மாதம்மாதம் தருகின்றேன்' என்கின்றார்

அந்தப் பதிப்பாளர். இதுவரை சிறுபத்திரிகைகளில் எழுதிவந்த ப்யூகோவ்ஸ்கியிடம் இப்போது நாவல்களுக்கு அதிக மதிப்பு இருக்கிறது, அதையும் விரும்பினால் முயன்றுப் பாருங்களென அந்தப் பதிப்பாளரால் சொல்லப்படுகின்றது,

அப்படி வேலையைத் துறந்து, உடனேயே மூன்று வாரங்களுக்குள் எழுதிக்கொடுத்த நாவல்தான் 'தபால் நிலையம்' *(Post Office)*. ப்யூகோவ்ஸ்கிக்கு நிகழ்ந்த இச்சம்பவத்தோடு தொடர்புபடுத்தக்கூடிய இன்னொரு எழுத்தாளர் '2666' எழுதிய ரொபர்தோ பொலானோ. அவரும் நீண்டகாலம் கவிதைகள், கதைகள் எழுதியபோதும் குறிப்பிட்ட வருமானம் வராததைக் கண்டு, தனது பிள்ளைகளின் வறுமையை நீக்கும்பொருட்டுத் தனது நாற்பதுகளின் பிற்பகுதியில் நாவல்களை எழுதத் தொடங்கியவர். ஆனால் பொலானோ, ப்யூகோவ்ஸ்கியைப் போலவன்றித் தனது நாவல்கள் பெரும் புகழடையும் முன்னரே, தனது ஐம்பதாவது வயதில் மரணத்தைச் சந்தித்தார்.

மேலும் ப்யூகோவ்ஸ்கி தன் வாழ்நாள் முழுதும் தனது படைப்புக்களை இந்தச் சிறு பதிப்பாளருக்கு வழங்கியதோடல்லாது, தனது மரணம்வரை – அவர் புகழடைவதற்கு முன் எழுதிய சிறுபத்திரிகைகளுக்கும் – தொடர்ந்து ஆக்கங்களைக் கொடுத்துவந்தவர் என்பது குறிப்பிடத்தக்கது. இதனால்தான் 'சிறுபத்திரிகைகளின் அரசன்' என்கின்ற ஒரு செல்லப்பெயரும் ப்யூகோவ்ஸ்கிக்கு இருந்திருக்கின்றது.

பெஞ்சில் படுத்திருந்துவிட்டு, பிறகு ஆடையின் மீதிருக்கும் புழுதியைத் தட்டிக்கொண்டு நூலகத்திற்குள் நுழையும் அவரை அருவருப்பாகப் பார்க்கும் மக்களின் மத்தியில்தான் தஸ்தவோஸ்கியின் 'நிலவறைக் குறிப்புக்கள்' வாசித்ததை ப்யூகோவ்ஸ்கி நினைவுகொள்கிறார். அவருக்கு டால்ஸ்டாயின் 'போரும் சமாதானமும்' பிடிக்கும் என்றாலும், தான் எளிய வார்த்தைகளில் கதைசொல்லும் போக்கை ஹெமிங்வேயிலிருந்து கற்றுக்கொண்டதாகச் சொல்கிறார்.

ஒரு படைப்பை எப்போது எழுத வேண்டுமென அவரது பிரசித்திபெற்ற கவிதையான *"so you want to be a writer"*இல் சொன்னமாதிரி, எழுதும்போது ஒரு *juiciness* இருக்கவேண்டும், வாசகரை அலுப்படையச் செய்யக்கூடாது எனத் தொடர்ந்து வலியுறுத்துகிறார். மேலும் அந்த எழுத்தை, தான் நகைச்சுவைக்குள்ளால் எடுத்துச் செல்ல விரும்புகின்றேன் என்கிறார். ஆகவே தான் 'தபால் நிலையம்' நாவலின் முதல் வசனம் இவ்வாறான எளிய வசனத்துடன் தொடங்கின்றது: *"It began as a mistake"*.

ப்யூகோவ்ஸ்கியை உள்ளொடுங்கிய ஒரு மனிதரென எளிதாகவே அறிந்துகொள்ளலாம். எப்போதும் எழுதவும், விரும்பிய நேரத்தில் குடிக்கவும் புகைக்கவும் மட்டுமே விரும்பும் அவர் ஒருபோதும் வேலைக்குச் செல்வதை விரும்பவில்லை என்றாலும், அவர் வறுமையின் எல்லைவரை எட்டிப்பார்த்ததால், அவருக்குக் கிடைத்த தபால் அலுவலக வேலையை விட முடியாதவராகவும் இருக்கின்றார். ஒருமுறை அதை இராஜினாமா செய்தபோதும் பிறகு அதில் தன்னைச் சேர்த்துக் கொள்ளும்படி மன்றாடிக் கடிதம் எழுதித் திரும்பச் சேர்கிறார். அவருக்கு வேலை பறிபோய்விடும் என்ற பயம் தொடர்ந்து இருந்ததால், அஞ்சல்களை எப்படித் தரம்பிரிப்பது என்று வீட்டில் இருந்துகூட பதற்றத்துடன் பயிற்சி பெற்றிருக்கின்றார்.

4

ப்யூகோவ்ஸ்கியின் 'பெண்கள்' (Women) நாவலை வாசித்தபோது, ஒருவரின் வாழ்வில் இவ்வளவு பெண்கள் வருவார்களா எனத் திகைத்து அரைவாசி பொய்யாக இருக்குமெனவே நினைத்திருந்தேன். ஆனால் அவரது ஆவணப்படங்களைப் பார்க்கும்போது ப்யூகோவ்ஸ்கி தன் வாழ்வில் சந்தித்த பெண்களைப் பற்றித்தான் அதிகம் எழுதியிருக்கின்றார் என்று விளங்கிக்கொள்ளக் கூடியதாக இருக்கிறது. ஓர் ஆவணப்படத்தில் அவர் இந்தப் பெண்களையெல்லாம் சந்தித்த ஒரு வீட்டை எமக்குக் காட்டுகிறார். அங்கேயிருந்தே 'பெண்கள்' என்ற நாவலை எப்படி எழுதினார் என்பதையும் அவர் நமக்கு நினைவுபடுத்துகிறார்.

அந்த இடம் வறுமைக்கோட்டுக்குக் கீழேயிருக்கும் சனங்களின் ஆரவாரமுள்ள இடம். அங்கே நிறைய குற்றங்களும் போதைமருந்துக் கடத்தல்களும் நடைபெறுவதால், தலைக்கு மேலே அடிக்கடி கண்காணித்தபடிப் பறக்கும் ஹெலிகொப்டர்கள் பற்றியும் ப்யூகோவ்ஸ்கி நமக்குச் சொல்கிறார். இந்தச் சூழலுக்குள் இருந்துதான் மிகவும் நெகிழ்வான, எள்ளல் நிறைந்த அந்த நாவலை அவர் எழுதினார் என்ற செய்தி நமக்குச் சற்று வியப்பைத் தரக் கூடியதாக இருக்கிறது.

அதேபோல ப்யூகோவ்ஸ்கி தன் சுயசரிதையின் சாயலில் திரைக்கதை எழுதிய Barfly, ஒரு பிரெஞ்சு நெறியாளரால் படமாக்கப்பட்டது. அதில் ப்யூகோவ்ஸ்கியின் பாத்திரத்தில் நடித்த Mickey Rourke பின்னாளில் பிரபல்யம் வாய்ந்த நடிகராய்

ஆனார். ப்யூகோவ்ஸ்கி இந்தத் திரைப்பட நாட்களில் நடந்த சம்பவங்களையே ‘ஹாலிவூட்’ (*Hollywood*) நாவலாகப் பின்னர் எழுதுகின்றார். ‘ஹாலிவூட்’ நாவலை வாசிக்கும் நமக்குத் திரையுலகின் உள்ளே நடக்கும் எல்லாப் போலித்தனங்களும் விளங்குவதோடு, *Mickey Rourke* பற்றிக்கூட அவ்வளவு நல்லதொரு விம்பம் கிடைப்பதில்லை. ஆக எவரையும் எதையும் பற்றிக் கவலைப்படாது ப்யூகோவ்ஸ்கி தனக்குத் தோன்றியதை எழுதிக்கொண்டே இருந்திருப்பது நமக்கு இதிலிருந்து தெளிவாகின்றது.

இன்னொரு இடத்தில், ப்யூகோவ்ஸ்கி. “நான் எழுதிய எல்லாவற்றையும் குடித்தபடியே எழுதியிருக்கின்றேன்,” என்கிறார். அதைவிட வாசிக்கும்போது அதிகமாகக் குடித்திருப்பதாகவும் என்று சிரித்தபடி சொல்கிறார். இவையெல்லாவற்றுக்கும் பயமே காரணம் என்கிறார். அப்படியெனில் எப்படி அவர் தனது கவிதைகளை மதுபான விடுதிகளுக்குச் சென்று வாசித்திருக்கின்றார் எனக் கேட்கின்றபோது, அங்கே நன்கு குடித்து, பார்களில் இருப்பவர்களின் எதிர்பார்ப்புக்கு ஏற்ப கொஞ்சம் கோமாளி வேடம் போட்டபடி பயமில்லாது தனது கவிதைகளை வாசித்திருப்பதாகச் சொல்கிறார். இப்படிச் செய்யும்போது ‘உங்கள் *integrity* இல்லாது போய்விடுமே’ என்று ஒருவர் கேட்கும்போது, ஆம் அதனால்தான் வருடம் ஓரிரு முறைதான் இப்படிக் கவிதை நிகழ்வுகளைச் செய்கின்றேன் என்கிறார். ஆக அது ஒரு நுளம்புக்கடி போலத் தனக்கு இருக்கின்றதென்கிறார்.

இதைச் செய்வதற்குப் பணமே காரணம் என்கிறார். ஏனெனில், “நான் சாப்பாடு இல்லாது பல நாட்கள் இருந்தவன், எனக்குப் பணத்தின் அருமை தெரியும். திரும்பவும் நான் அப்படி ஒரு நிலைமைக்குப் போக விரும்பமாட்டேன்,” என்று வெளிப்படையாகச் சொல்கிறார். பீட் (*Beat*) காலத்தவர்களில் ப்யூகோவ்ஸ்கி அளவுக்கு, பிற்காலத்திலும் அவரைப் போல வாழும் காலத்திலேயே பெரும் புகழடைந்தவர் எவருமே இல்லையெனச் சொல்லலாம். பத்துக்கும் மேற்பட்ட மொழிகளில் அவரது படைப்புக்கள் மொழிபெயர்க்கப்பட, ஹாலிவூட்டில் திரைக்கதையாளராக நுழைதலெனப் பெரும் பாய்ச்சல்களைத் தன் படைப்புக்களின் மூலம் ப்யூகோவ்ஸ்கி சாத்தியமாக்கியிருக்கின்றார்.

நிறைய பெண்களைத் தன் காதலிகளாகச் சந்தித்த ப்யூகோவ்ஸ்கியிடம் காதல் பற்றிக் கேட்கும்போது, “நமது ஒவ்வொரு காதலின் பிரிவின்போதும் நாம் நம்மைக் கண்டடைவதில்லை. நமது காதலிகள் நமக்குள் கட்டிவைத்த

நம்மைப் பற்றிய பிம்பங்களையே தேடுகின்றோம். அதையே நாம் நமது அடுத்த காதலிகளிடம் தேடுகின்றோம், ஆனால் அது ஒருபோதும் கண்டுபிடிக்கப்படாத கானல் (நீர்)," என்கிறார்.

வள்ளுவர், 'எண்ணித் துணிக கருமம் துணிந்தபின்/ எண்ணுவம் என்பது இழுக்கு' என்றார். ப்யூகோவ்ஸ்கி, "நீங்கள் ஒன்றை முயற்சிசெய்யப் போகிறீர்கள் என்றால், அதன் ஆழம் வரை நீங்கள் செல்ல வேண்டும்," இல்லாவிட்டால் அதைத் தொடங்கவே வேண்டாம் என்று எச்சரிக்கிறார். அது காதலாய் இருந்தால் என்ன, எழுத்தாய் இருந்தால் என்ன, ஏன் மரணமாய் இருந்தால்கூட என்ன? அதனால்தான் குடியின் நிமித்தம் ப்யூகோவ்ஸ்கியின் உடல் நலம் பாதிக்கப்பட்டு, இனி குடித்தா ரென்றால் உயிர் வாழவே முடியாது என்று அவரின் முப்பதுகளில் வைத்தியர் எச்சரித்தபின்னும், மரணத்தோடு தினம் விளையாடியபடி, 70 வயதுகளுக்கும் மேலாய்த் தினம் மதுவை அருந்திக்கொண்டும், புகைத்துக்கொண்டும் வாழ்ந்தார் ப்யூகோவ்ஸ்கி.

எல்லோருக்கும் இப்படி 'அதிசயங்கள்' அவர்களின் வாழ்வில் வாய்த்ததில்லை. ப்யூகோவ்ஸ்கியிக்கு அது நிகழ்ந்திருக்கிறது. ஆகவேதான் அவர் அதற்குப் பிறகு எழுதிய ஆக்கங்களை நம்மால் வாசிக்க முடிகிறது. பிரமிள் ஒரு கவிதைக்கு 'நிகழ மறுத்த அற்புதம்' எனப் பெயரிட்டிருப்பார். இவ்வளவு பெருங்குடியோடு நிறைய எழுதிய ப்யூகோவ்ஸ்கியை 'நிகழ்ந்து விட்ட அற்புதம்' எனத்தான் நாம் சொல்லவேண்டும்.

5

வாசிப்பு: ப்யூகோவ்ஸ்கி – 01

Factotum by Charles Bukowski

1

ப்யூகோவ்ஸ்கியின் *'Factotum'* நாவல் அவரது தபால் நிலையம் *(Post Office)*, பெண்கள் ஆகிய நாவல்களுக்கு இடையில் எழுதப்பட்ட நாவலாகும். ப்யூகோவ்ஸ்கியின் எதிர்நாயகனான சினாஸ்கி இதில் ஓர் எழுத்தாளனாக வளர்வதும், அதேவேளை நாளாந்த அல்லாடல்களுக்கிடையில் அவன் சிக்குப்படுகின்ற காலப்பகுதியும் இதில் முன்னிலைப்படுத்தப்படுகின்றது. இது இரண்டாம் உலக மகாயுத்தப் பின்னணியில் நடைபெறுகின்ற கதை. 'தபால் நிலைய'த்திலும், 'பெண்'களிலும் கதை நிகழும் நிலப்பரப்பு கிட்டத்தட்ட முற்றுமுழுதாக லாஸ் ஏஞ்சல்ஸ் என்றால், இங்கே கதை அமெரிக்காவின் பல்வேறு நிலப்பரப்புகளில் அலைந்துகொண்டிருக்கின்றது.

சினாஸ்கியிற்கு லாஸ் ஏஞ்சல்ஸும், அங்கே இருக்கும் அவரின் பெற்றோரின் வீடும், அமைதியைத் தராதபோது அவர் ஏதேனும் வேறொரு நகர் தனக்கு அடைக்கலம் தரக்கூடுமென்று செல்லத் தொடங்குகின்றார். ஒவ்வொரு நகரிலும் அடிமட்டத் தொழிலைத் தன்னிருப்புக்காகச் செய்கின்றார். சில வேலைத்தளங்களில் அவர் துரத்தப்படுகின்றவராக, இன்னுஞ் சிலவற்றில் தானாகவே விலத்திக்கொள்கின்றவராக சினாஸ்கி

இருந்தாலும், அவர் எல்லா இடங்களிலும் பெண்களைப் பார்த்துச் சலனப்படுவதிலோ, குடிப்பதிலோ சளைப்பின்றியே இருந்திருக்கின்றார்.

நியூயோர்க் அவருக்குப் பிடிக்காத நகரங்களில் ஒன்று. இவ்வளவு சனங்கள் ஏன் இங்கே பிதுங்கிக்கொண்டிருக்கின்றனர் என்று எரிச்சலபடுகிறார். வேலை தேடும் சினாஸ்கி டைம்ஸ் பத்திரிகையில் வேலைக்கு விண்ணப்பிக்கின்றார். இரண்டு வருடம் கல்லூரியில் படித்த ஜேர்னலிஸம் தன் வேலைக்கு அனுகூலம் என நினைக்கின்றார். அதிசயமாக டைம்ஸ் பத்திரிகையினர் அவரை வேலைக்குக் கூப்பிடுகின்றனர். அங்கு எழுதத்தானே என்னை வேலைக்கு எடுக்கின்றீர்கள் என்று சினாஸ்கி கேட்க, இல்லை இரவுகளில் வேலைத்தளத்தைச் சுத்தமாக்குவதற்கு என்கின்றனர். சினாஸ்கி அந்த வேலையையும் வாழ்க்கைப்பாட்டுக்காய் ஏற்கின்றார்.

வழமைபோல அந்த வேலையிலிருந்தும் அவர் துரத்தப் படுகின்றார். வேலைசெய்த சில நாட்களுக்கான சம்பளத்தை டைம்ஸ் கொடுக்கத் தாமதிக்கும்போது, அங்கே பெரும்பணியில் இருக்கும் ஒருவரைச் சந்திக்கின்றார். இங்கேதான் ப்யூகோவ்ஸ்கி யின் எள்ளல் எழுத்தில் மிளிரும். ப்யூகோவ்ஸ்கி இப்படி எழுதுவார் ‘அந்த மனுசன் நல்ல மனுசன். நன்றாக வசதியாகவும் இருந்தார். பழகுவதற்கும் பரவாயில்லை. ஆனால் பாவம் நான் வேலையை விட்டுக் கொஞ்ச காலத்தில் மனுசன் செத்து விட்டார். ஆனால் குடித்துக்கொண்டிருக்கும் நான் இன்னும் வாழ்ந்துகொண்டிருக்கின்றேன்.’

வளர்ந்துவரும் எழுத்தாளரான சினாஸ்கி எழுதி அனுப்பும் படைப்புகள் பிரசுரிக்க முடியாது என அநேகப் பத்திரிகைகளிலிருந்து திருப்பியனுப்பப்படுகின்றன. திருப்பி யனுப்பப்படும் மறுப்புக் கடிதங்களைப் பற்றி, ப்யூகோவ்ஸ்கி எழுதும் விதம் அவ்வளவு நகைச்சுவையானது. ஒரு கட்டத்தில் அவரது ஒரு சிறுகதை ஏற்றுக்கொள்ளப்பட்டு, 25 டொலர்கள் சன்மானமாக அனுப்பப்படும்போது சினாஸ்கி அடையும் மகிழ்ச்சி அளவிடமுடியாதது. மூன்று நாட்கள் வெளியில் எங்கும் போகாமல் குடித்தபடித் தனது அறைக்குள் கொண்டாடிக் கொண்டிருப்பார்.

2

ப்யூகோவ்ஸ்கியின் நாவல்களில் இதுவே முதன்மையானது என்று பலர் குறிப்பிட்டாலும், என்னைப் பொறுத்தவரை *Post Office Women* நாவல்களுக்குப் பிறகே இதை வைப்பேன். ஒருவகையில் வளர்ந்துவரும் எழுத்தாளப் பாத்திரம் – பின்னர்

பிரபல்யம் அடைவதால் – முயன்றால் எவருக்கும் அமெரிக்கக் கனவு சாத்தியமாவதை முன்வைப்பதால் பலருக்கும் இது பிடித்திருக்கலாம்.

இதை ஏன் சொல்கின்றேனென்றால், ப்யூகோவ்ஸ்கியின் இன்னொரு நாவலான *Hollywood* இல், சினாஸ்கி தன்னையும் தன்னோடு திரியும் சாராவையும், ஸ்காட்டும் செல்டாவும் என அடிக்கடி அறிமுகப்படுத்திக் கொண்டிருப்பார்கள். ஸ்காட் பிட்ஸ்ஸலாண்டின் *'The Great Gatsby'*, அமெரிக்கக் கனவின் முக்கியப் படிமமாயிருப்பதை அதை வாசித்தவர்கள் அறிவோம். ஆனால் அந்தக் கனவைக்கூட நக்கலடிக்க ப்யூகோவ்ஸ்கியால்தான் முடியும்.

"I was a man who thrived on solitude; without it I was like another man without food or water. Each day without solitude weakened me. I took no pride in my solitude; but I was dependent on it" எனத் தன்னைத் தெளிவாகப் பிரகடனப்படுத்துகின்ற சினாஸ்கி, கழிவறைகளைச் சுத்தம் செய்வதிலிருந்து, நாய்களுக்கான உணவைத் தயாரிக்கும் கொதிநிலைத் தொழிற்சாலைகள், பெண்களுக்கான ஆடைகள் விற்கும் கடைகள், கார் உதிரிப்பாகங்கள் செய்யும் தொழிற்சாலைகள் போன்றவற்றில் வேலைசெய்வதுவரை எல்லாவிதமான தொழில்களிலும் தன்னை ஈடுபடுத்திக்கொள்கின்றார்.

சினாஸ்கி, செல்வந்தர்கள் வாழும் செழிப்பான இடத்தை சென் – லூயிஸில் நடந்து கடக்கும்போது, 'நல்ல வைனையும், சுவையான மாட்டுத்துண்டையும் வசதியான வீடுகளையும் கொண்ட இவர்களையும் என்னையும் பிரித்துவைப்பது எது? அவர்களைவிட நான் கொஞ்சம் அதிகம் சிந்திப்பவனாக... இருக்கிறேன், ஆ! அவர்களிடம் இருக்கும் அந்தப் பணம்' என்பார்.

அவ்வாறு யோசித்தாலும், சினாஸ்கிக்கான சந்தர்ப்பங்கள் சில வாய்க்கும்போதும் அப்படிப் பணம் சம்பாதிப்பதற்கான எந்த முயற்சியையும் எடுக்காதவராகவும் இருந்திருக்கின்றார். எந்த வேலையைச் செய்தாலும், அதை மீறி – சினாஸ்கி வெளிப்படையாகச் சொல்லாவிட்டாலும் – அவருக்குள் இருப்பது ஒரு எழுத்தாளனாக வரும் கனவு. அதை நோக்கியே சினாஸ்கி உந்தித் தள்ளப்படுகின்றார்.

ஒருவகையில் அதுவே அவருக்கு மனநிறைவைத் தருகின்ற விடயமாக இருப்பதை இந்த நாவலை வாசித்து முடிக்கும்போதும், ப்யூகோவ்ஸ்கி என்ற ஓர் எழுத்தாளனின் வாழ்வை இந்தப் பிரதியிற்கு வெளியிலும் அறியும்போது உணர முடிகின்றது.

6

வாசிப்பு: ப்யூகோவ்ஸ்கி – 02

ப்யூகோவ்ஸ்கியின் 'பெண்கள்' (Women)

ப்யூகோவ்ஸ்கியின் பெரும்பாலான படைப்புகளில் வரும் கதாபாத்திரமான ஹென்றி சினாஸ்கியே இதிலும் வருகின்றார். வழமைபோல ஹென்றி இந்தப் புதினத்திலும் பெருங்குடிமகனாகவும் பெண்களை வசியம் செய்பவராகவும் இருக்கின்றார். நூறு அத்தியாயங்களுக்கு மேலாக நீளும் இப்புதினத்தில், ஆகக்குறைந்தது 75 அத்தியாயங்களுக்கும் மேலாக அவர் பெண்களைப் படுக்கைக்கு அழைத்துச் செல்வதும், குடிபோதையில் இருப்பதுவுமே எழுதப்பட்டிருக்கும். ஆனாலும் குறிப்பிட்ட சிறுவட்டத்திற்குள் நாவல் சுழன்றாலும் மிகுந்த சுவாரசியமாகவும், எள்ளல் நடையுமாகவும் எழுதப்பட்டிருப்பதால் இந்நாவலை அலுப்பின்றி வாசிக்கமுடிகின்றது.

இவ்வாறு ஹென்றி சினாஸ்கி வலைவிரிக்கும்/ அவருக்காய்க் கிடைக்கும் பெண்களைப் பற்றிச் சொன்னாலும் அவரின் தனிமையும், இருத்தல் பற்றிய அவரின் தேடல்களும் இறுதிப் பகுதியில் ஒருவகையான கனத்தைக் கொடுக்கின்றன. பெண்களை உடலாகவே ரசிக்கும் இன்னும் குறிப்பாகச் சொன்னால் பெண்களின் கால்களை அந்த அளவிற்கு இரசிக்கும் ஹென்றிக்குத் தன் சுயம் எதுவென்ற குழப்பம் அவருக்குள் எழுகின்றது. ஒரு Thanks Giving நேரத்தில் ஒரு பெண்ணைச் சந்திக்க வேண்டியிருப்பதால், இன்னொரு பெண்ணிற்கும் இந்த விடயத்தைச் சொல்லவேண்டுமே என்ற

மனஅழுத்தத்தில், அழுது தீர்க்கின்ற ஒரு குழந்தைத்தனமான அவரின் இன்னொரு பக்கத்தையும் பார்த்து வாசிக்கும் நாங்கள் திகைத்து நிற்கின்றோம்.

இவ்வாறு, இப்படி எந்தப் பெண்ணுக்கும் 'பொய்' சொல்லக்கூடாது/ஏமாற்றக்கூடாது என நினைக்கின்ற ஹென்றி இனித் திருந்திவிடுவார் என்று நினைத்தால் பிறகு அவர் இது எப்போது நடந்தது என்று கேட்பது மாதிரி, நம்மை ஏமாற்றிவிட்டு மீண்டும் பழைய 'தேடலுக்கு'ச் சென்று விடுவார். தனது வேலையைத் துறந்து, முழுநேர எழுத்தாளரான ஹென்றிக்குப் பெரும் பணம் கொடுத்து அவரது கவிதைகளை வாசிக்கவைக்கும் பல்கலைக்கழகங்கள் / மியூசியங்கள் / மதுபான விடுதிகள் போன்றவை, ஒருவகையில் ஆச்சரியத்தைக் கொடுக்கின்றன.

இவ்வளவு மதிப்புக்கொடுத்துத் தான் வாசிப்பதைக் கேட்க, தன்னிடம் என்ன இருக்கின்றதென அவருக்கே தன்னில் வியப்பாக இருக்கின்றது. அதேசமயம் யாரேனும் தமது படைப்புக்களை வாசிக்கவும், அதுபற்றிக் கருத்துச் சொல்லவும் கேட்கின்றபோது, தயவு தாட்சண்யம் காட்டாது முடியாதென நிராகரித்தும் விடுகின்றார். பிறர் தனக்கு முன், அவரவர்களின் கவிதையை வாசித்துக் காட்டுவதைக்கூட மூர்க்கமாக மறுதலிக்கின்றார்.

பெண்களும் குடியும் தனக்கு மகிழ்ச்சியைத் தருகின்றது என்று ஹென்றி சொல்வதில்லை. ஆனால் இவ்விரு விடயங்களும் தனது வாழ்க்கைத் தேர்வாக இருக்குமென்பதையே தொடர்ந்து இந்நாவலில் ஹென்றியின் பாத்திரம் மூலம் வலியுறுத்தியபடி இருக்கிறார். ஹென்றியின் குடிப்பழக்கத்தைப் பார்த்துப் பலர் அவர் விரைவில் இறந்துவிடுவார் என்று எச்சரிக்கின்றனர். அப்படிச் சொல்லும் அனைவரிடமும் தான் 80 வருடங்கள் இருப்பேன் என்றும், அப்போது தனக்கு ஒரு 18 வயதுப் பெண் காதலியாக இருப்பார் என்றும் உறுதியாய்ச் சொல்லிக் கொண்டே இருக்கின்றார்.

ஹென்றி சந்திக்கும் ஒவ்வொரு பெண்ணும் வெவ்வேறு கதைகளைத் தமக்குள் வைத்துக்கொண்டிருப்பவர்கள். அதிலும் சாரா என்கின்ற பாத்திரம் சுவாரசியமானது. ஹென்றிக்குப் பிடித்த பெண் சாரா என்றாலும், சாரா ஒரு இந்தியச் சாமியாரைப் பின் தொடர்பவர். அந்தச் சாமியார் திருமணத்திற்கு முன் எவ்வித உடல்சார்ந்த உறவும் வைத்திருக்கக் கூடாது என்று போதித்துவிட்டு இறந்தும் விட்டார். ஆகவே சாமியாரிடம் போய் 'இது சிக்கலாக இருக்கின்றது, மாற்றுங்கள்'

எனவும் கேட்கமுடியாது. ஹென்றிக்கோ சாராவின் உடல்மீது ஈர்ப்பு; அதேசமயம் அதற்காக இவரால் சாராவைத் திருமணம் செய்யவும் முடியாது. இவர்களுக்கிடையிலான இந்த உறவு பற்றிய அத்தியாயங்களை வாசிக்கும்போது நம்மையறியாமலே ஒரு புன்னகை வந்தபடியே இருக்கும்.

ஒரு கவிதை வாசிப்பிற்காகப் போய் ஓரிடத்தில் தங்கும் போது, ஹென்றிக்கு அடுத்த அறையில் தனது படைப்பை வாசிப்பதற்காக வில்லியம் பாரோஸும் வந்திருப்பார். அப்போது ஹென்றியிடம் அவரைச் சந்திக்கப் போகின்றீர்களா என ஒருவர் கேட்கும்போது வேண்டாம் என மறுப்பார். ஹென்றி தனது படைப்புகளைப் பிறர் புகழ்வதைக் கேட்பதைத் தவிர்ப்பதைப் போல, தன் சமகாலத்துப் படைப்பாளிகளையும் விட்டு விலகியே நிற்கின்றார். அதுபோலவே ஹெமிங்வே பற்றி இந்நாவலில் பேச்சு வரும்போது, ஹெமிங்வே நன்றாக எழுதக் கூடியவர்தான், ஆனால் அவரின் எல்லா நாவல்களிலும் யுத்தத்தை எப்படியேனும் கொண்டு வந்துவிடுவார் எனச் சொல்லி ஹென்றி சலித்துக்கொள்கின்றார்.

ஹென்றி என்கின்ற பாத்திரம் கூட்டத்தை வெறுக்கின்ற, தனிமையை விரும்புகின்ற, எங்கேயும் பயணிக்க விரும்பாத ஒரு சிறு உலகிற்குள் தன்னை அடைத்துவைத்திருக்கின்ற ஒன்றாகவே நமக்குக் காட்டப்படுகின்றது. ஆனாலும் இந்தக் குறுகிய உலகத்திலிருந்து ஹென்றியின் வாழ்வு சுழன்றாலும் அந்த வாழ்வை ப்யூகோவ்ஸ்கி விவரிக்கும்போது நமக்கு ஒருபோதும் அலுப்பு வருவதில்லை. ப்யூகோவ்ஸ்கியைப் போல பெண்களை இந்த அளவிற்கு ஆன்மாவில்லாத உடல்களாக ஒருவர் சித்திரிக்கமுடியுமா எனத் திகைப்பு வந்தாலும், தன்னையறியாமலே பெண்களை வியந்துகொண்டிருக்கின்ற பல பகுதிகளை அவரால் தவிர்க்கமுடியாது இருப்பதையும் குறித்தாக வேண்டும்.

ஹென்றி தனக்குள் வைத்திருக்கும் பாதுகாப்பு வளையங்களை உடைத்து, உள்நுழைந்த பெண்களெல்லாம் ஏன் அவர் இப்படியிருக்கின்றார் என்கின்ற வினாவை எழுப்பாமல் செல்வதில்லை. தன்னையறியாமலே தன்னை அவ்வப்போது திறந்துவிடும் ஹென்றி, தனது இளமைக்காலம் ஒழுங்காகக் கழியாததால்தான், தான் தனது 50/60களில் தன்னைவிட 20/30 வயதுகள் குறைந்த பெண்களைத் தேடிப்போவதாகவும் தனக்கு உண்மையாக எவரையும் காதலிக்கத் தெரியாது என்றும் வாக்குமூலங்களைக் கொடுக்கின்றார். ஹென்றி என்பவர் ப்யூகோவ்ஸ்கியின் *alter ego* என்று கூறுகின்றனர், அவரது படைப்புகளில் வருவதைப்

போல இத்தனை பெண்களை ப்யூகோவ்ஸ்கி சந்தித்திருப்பாரா என்றெல்லாம் நாம் ஒரேயடியாக வியக்கவோ/வெறுக்கவோ வேண்டியதில்லை. இது புனைவு ஒரு படைப்பாளிக்குத் தரக்கூடிய பெரும் சுதந்திரமாகும்; அதைப் ப்யூகோவ்ஸ்கி அருமையாகப் பாவித்திருக்கின்றார். அவ்வளவுதான்.

ப்யூகோவ்ஸ்கியின் எந்தப் புனைவை வாசிக்கத் தொடங்கினாலும் அதற்கு முன்நிபந்தனையாக நமது யதார்த்த வாழ்வு முன்வைக்கும் ஒழுக்கம்/அறம் சார்ந்த மதிப்பீடுகளைச் சற்றுக் கழற்றிவைத்தால் மட்டுமே அவரின் படைப்புகளைப் பின் தொடர்ந்து போகமுடியும், இல்லாவிட்டால் தொடக்கத்தி லேயே அவரின் படைப்புகள் நம்மைச் சுழற்றித் தூர எறிந்துவிடும். ப்யூகோவ்ஸ்கியின் உலகில் எவ்வித நியாய அநியாயங்களுக்கும் இடம் இல்லாததைப் போல எவை குறித்த மதிப்பீடுகளுக்கும், பிறர் தன்னை இப்படி அடையாளப்படுத்திவிடுவார்களோ என்கின்ற பயங்களுக்கும் இடமிருப்பதில்லை. "இப்படித்தான் நான் இருக்கின்றேன், உங்கள் மதிப்பீட்டு வளையங்களில் எனக்கேதும் அக்கறை யில்லை" என்றே ஹென்றி சினாஸ்கி – நேரடியாகச் சொல்லாமல் – தன்னைப் பல இடங்களில் பிரகடனப்படுத்துகின்றார். அதை ஏற்றுக்கொள்வதா இல்லையா என்பது வாசிக்கும் நமது தெரிவே தவிர, இதில் எதையும் நம்மிடம் ப்யூகோவ்ஸ்கி வற்புறுத்துவதில்லை.

7

மைக்கல் ஒண்டாச்சி

> *"There is a story, always ahead of you. Barely existing. Only gradually do you attach yourself to it and feed it. You discover the carapace that will contain and test your character. You will find in this way the path of your life."*
>
> – Michael Ondaatje, The Cat's Table

மைக்கல் ஒண்டாச்சி இலங்கையில் பிறந்தவர். அவரது தந்தைவழி வேர் தமிழ் அடையாளத்தைக் கொண்டது. மைக்கல் ஒண்டாச்சியின் சுயசரிதைச் சாயல்கொண்ட நூலான Running in the Family-ஐ வாசிப்பவர்கள் அவரது தந்தை வழித் தமிழ் அடையாளங்களை எளிதாகக் கண்டுகொள்ளமுடியும். மைக்கலின் பெற்றோர்கள் விவாகரத்துப் பெற்றபோது, மைக்கல் பதினொரு வயதில் இங்கிலாந்திற்குச் சென்றார். இலங்கையிலிருந்து இங்கிலாந்துக்குப் போகும் அந்தக் கப்பல் பயண அனுபவத்தை, பின்னர் ஒருவகையான மர்மப் பயணமாக cat's tableஇல் மைக்கல் புனைவாக்கியிருப்பார்.

இங்கிலாந்திலிருந்து கனடாவிற்குத் தனது சகோதரருடன் தன்னுடைய இருபதுகளில் புலம்பெயர்ந்த மைக்கல் ஒண்டாச்சி, அன்றிலிருந்து இன்றுவரை கனடாவில் வசித்து வருகின்றார். பல்கலைக்கழகத்தில் படித்துக்கொண்டிருந்தபோது ஒரு பேராசிரியரின் உற்சாகத்தாலேயே எழுத்தின்

பக்கம் கவரப்பட்டிருக்கின்றார். தனது படைப்புகளும், தனிப்பட்ட ஆர்ப்பாட்டமில்லாத வாழ்வும் என்றிருந்த மைக்கலுக்கு அவர் எழுதிய நாவலான 'English patient' பெரும் கவனத்தைக் கொடுக்கின்றது. மான் புக்கர் பரிசு உள்ளிட்ட பல்வேறு விருதுகளைப் பெற்ற இந்நாவல் அதன்பிறகு திரைப்படமாக்கப்பட்டுப் பத்துக்கும் மேற்பட்ட ஆஸ்கார் விருதுகளைப் பெற, மைக்கல் ஒரு உலகப் புகழ்பெற்ற எழுத்தாளராகிவிடுகின்றார். இந்தப் பரவலான கவனம் குறித்து அதிகம் கூச்சப்படுகின்றவராகவே மைக்கல் இன்றும் இருக்கின்றார்.

அவரின் 'English Patient' உலகப்போரின் பின்னணியில் எழுதப்பட்டதென்றால், 'அனிலின் ஆவி' (Anil's Ghost) இலங்கையைப் பின்னணியாக வைத்து எழுதப்பட்டிருக் கின்றது. இது இலங்கையிலிருந்து வெளிநாட்டுக்குப் படிப்பதற்காகப் போயிருந்த அனில் என்கின்ற பெண்ணின் கதையைச் சொல்கின்றது. படிப்பின் பின் இலங்கை திரும்பி வருகின்ற அனில் புராதன வரலாற்று அகழ்வாராய்ச்சியில் ஈடுபடுகின்றார். அந்தச்சமயம் சமகாலத்தில் கொன்று புதைக்கப்பட்ட ஒரு எலும்புக்கூட்டை அகழ்வின் இடையே கண்டுகொள்கின்றார். அதற்குக் 'கடலோடி' என்று ஒரு பெயரை வைத்து அந்த மனிதர் யாராக இருக்கும் என்று தேடிப் போவதாக இந்த நாவல் விரியும். இந்தப் பயணத்தில் இலங்கையின் சமகால அரசியல் பேசப்படுகின்றது. அனிலோடு கூடவே செல்லும் அவரின் நண்பர் இந்த எலும்புக்கூட்டு மர்மத்தின் உண்மையைக் கண்டுபிடிக்கும் நிமித்தம் கொல்லப்படுகின்றார் என இந்த நாவல் நீளும்.

Divisadero

வாழ்க்கை எவ்வளவு அழகானதாக இருக்கின்றதோ அதேயளவுக்கு அபத்தமாக அமைந்துவிடும் ஆபத்தும் இருக்கிறது. 'தீதும் நன்றும் பிறர் தர வாரா' என்று சங்க இலக்கியம் கூறியிருக்கிறது. நமது தனிப்பட்ட தேர்வுகளே நமது வாழ்வைத் தீர்மானிக்கின்றன என்று சார்த்தரும் நிறைய எழுதினார். எமக்கான பொழுதுகளை எமது தேர்வுகள்தான் தீர்மானிக்கின்றன என்ற புரிதல் இருந்தாலும் நம்மால் வாழ்வின் அபத்தங்களை எளிதாய்த் தாண்டிப் போய்விட முடிகின்றதா என்ன? எனவேதான் தொடர்ந்தும் மனித மனங்களின் சிக்கலான புதிர் நிறைந்த ஆட்டங்களை நாம் சுவாரசியமாகப் பார்த்தபடியும் விவாதித்தபடியும் இருக்கின்றோம். வாழ்க்கையெனும் சதுரங்க ஆட்டத்தில் நகர்த்தப்படும் சில

இளங்கோ

பாத்திரங்களின் அசைவுகளை மைக்கல் ஒண்டாச்சியின் *Divisadero* நம்முன் விரித்துவைக்கின்றது. ஆட்டமொன்று நடக்கும்போது வெளியிலிருக்கும் நமக்கு இந்த நகர்வு சரியாயிருக்கிறது அல்லது தவறாயிருக்கிறது என்று தெரிந்தாலும் நம்மால் குறுக்கிட முடிவதில்லை. அதுபோலவே மைக்கல் ஒண்டாச்சியின் பாத்திரங்களும் அதன் போக்கில் நகரும்போது உறைந்த நிலையிலிருந்து நாம் ஆட்டத்தின் அனைத்து நகர்வுகளையும் அவதானித்தபடி நமக்குள்ளே ஓர் ஆட்டத்தைத் தொடங்கிவிடவும் முயற்சி செய்கின்றோம்.

மைக்கல் ஒண்டாச்சியின் அநேக நாவல்களில் மிகப்பெரும் தனிமையும், மர்மத்தின் சுழல்களும் எப்போதும் சுற்றிச் சுழன்று கொண்டிருப்பதுபோல இந்நாவலிலும் அவற்றுக்கான இடங்கள் இருக்கின்றன. வட கலிபோர்னியா நகருக்கு ஒதுக்குப்புறமாய்த் தோட்டக்காணிகளும், நிறைய குதிரைகளும் இருக்கும் கிராமப்புறமே நாவலின் முற்பகுதியில் பின்னணியாகின்றது. ஆன் (Anne), ஆனின் சகோதரியான கிளேயர் (Claire), இவர்கள் இருவரின் தந்தை மற்றும் இவர்களின் பண்ணையில் வேலை செய்கின்ற கூப் (Coop) ஆகிய நான்குபேரைச் சுற்றியே கதை ஆரம்பத்தில் சுழல்கின்றது.

இந்த நாவலின் பல பாத்திரங்கள் சாதாரண வாசிப்பில் நாம் எதிர்ப்பார்கின்ற முழுதான வடிவத்தைத் தந்து முடிவான முடிவுகள் என எதையும் தருவதில்லை. வாழ்க்கை என்பது எப்போதும் ஓடிக்கொண்டிருக்கும் நதிதான். ஏதோ ஒரு கணத்தில் கால் நனைக்கும் நம்மால் கடந்தகாலத்தையோ எதிர்காலத்தையோ, ஏன் நிகழ்காலத்தையோகூட முழுதாகத் தெரிந்துகொள்ள முடியாது என்பதே யதார்த்தமானது. எனவே ஒவ்வொரு பாத்திரமும் ஏதோ ஓரிடத்தில் நாவலிலிருந்து நழுவிப்போய்விடுகின்றது. நாவல் முடியும்வரை எப்போதாவது ஓரிடத்தில் மீண்டும் அந்தப் பாத்திரம் வந்து தனது கதையை நிறைவுசெய்யும் என்று நினைத்து வாசித்து முடிக்கும்போது, அது மீண்டும் திரும்பியே வருவதில்லையென்கின்றபோது, அட இன்னும் அந்தப் பாத்திரத்தை ஆழமாய் வாசித்திருக்கலாமோ என்று எண்ணாமல் இருக்க முடிவதில்லை. மேலும் நிகழ்காலத்தில் எம்முன்னே விழுந்து கிடக்கும் கடந்தகாலத்தின் சிறகுகள் ஒவ்வொன்றும் நமக்கான கடந்தகாலத்தை நினைவுபடுத்தும் என்கின்ற போதும், அந்தச் சிறகுகளைக்கொண்டு முழுப்பறவையும் தான் பறந்துகொண்டிருந்த வெளியை முழுமையாக நினைவு படுத்துவது அவ்வளவு சாத்தியமானதில்லை. அவ்வாறான ஒரு நினைப்புடனேயே இந்நாவல் முழுதும் பாத்திரங்கள்

படைக்கப்பட்டிருக்கின்றனவோ என்றுதான் யோசிக்கத் தோன்றுகின்றது.

இந்நாவலில் ஆன், கிளேயர், கூப் ஓரளவு முக்கிய பாத்திரங்களே தவிர அவர்கள்தான் முக்கியமான பாத்திரங்கள் என்றில்லை. மையங்களற்ற பாத்திரங்களைக் கொண்டு மையங்களற்ற வகையில்தான் ஒண்டாச்சி தனது போக்கில் இந்நாவலை எழுதிக்கொண்டே போகின்றார். மூன்றாம் பகுதி முழுதும் ஒவ்வொரு சிறுகதையாகத் தலைப்பிட்டே எழுதப்பட்டிருக்கும். திடீர்திடீரென்று ஒவ்வொரு பாத்திரமும் தமது நிலையில் நின்று கதையைச் சொல்லத் தொடங்கும் போது, விளங்கிக்கொள்வதற்கான வாசிப்பு நேரம் நிறையகோரப்படுகின்றது. முதலாம் பகுதியில் மகள்களின் பாத்திரங்கள் (ஆன் மற்றும் கிளேயர்) பேச, தந்தை அதிக அளவில் மௌனமாகி விடுகின்றார்.

அதேபோல இரண்டாம் பகுதியில் மௌனமாக்கப்பட்ட தந்தைகளின் பிரதிநிதியாக நின்று தந்தையாகிய லூசியன் அதிகம் பேசத் தொடங்குகிறார். எல்லாப் பாத்திரங்களும் தமக்கான தனிமையையும் இரகசியங்களையும் கொண்டிருப்பதால், அவற்றை வாசகர் தமக்கு விரும்பிய பாத்திரங்களாக நிரப்பிக்கொள்ளும் வெளியும் வாசகருக்கு இந்நாவலில் வழங்கப்படுகின்றது. உதாரணமாகப் பதினைந்து வயதில் ஓடிப்போகின்ற ஆன், 34 வயதில் ஓர் எழுத்தாளராக நாவலில் மீண்டும் அறிமுகப்படுத்தப்படுகின்றார். அந்த இடைப்பட்ட காலம் பற்றிய வெளியை வாசகர் தனக்கு உரியதாக வாசித்துக்கொள்ளும் ஒரு சூழலைப்போல நிறைய இடங்கள் நாவலுக்குள் இருக்கின்றன.

நம்மிடம் இருக்கும் அனைத்துக் கேள்விகளுக்கும் வாழ்க்கையில் தெளிவான பதில்கள் இருப்பதில்லை போன்று இந்நாவலிலும் பல இடங்களில் எழும் கேள்விகளுக்கு எந்தத் தெளிவான முடிவும் கிடைப்பதில்லை. நாம் சிலவேளைகளில் நமக்கான வாழ்க்கையைத்தான் திரும்பவும் வாசிக்கின்றோமா என்ற மனக்கிளர்ச்சியும் அலுப்பும் ஒரே நேரத்தில் வந்து போவதை இந்நாவலை வாசிக்கும்போது தவிர்க்க முடிவதில்லை.

Running in the Family

மொழியை, கலாச்சாரத்தை, குடும்பங்களைக் காலங் காலமாய் மக்கள் தொலைத்தபடி அலைந்துகொண்டிருக் கின்றார்கள். போர், பொருளாதார வசதிகள் எனப் பல காரணங்கள் இருப்பினும், உலகமயமாதலின் துரிதகதியால்

இவ்வாறு இழந்துகொண்டிருப்பது வெகு சாதாரண நிகழ்வாய் இன்றைய பொழுதுகளில் நடந்தேறிக்கொண்டிருக்கின்றது. எனினும் தமது கலாச்சார மற்றும் குடும்ப வேர்களைத் தேடிக் கடந்துபோன காலத்தின் தடங்களைக் கண்டுபிடிக்கும் ஆர்வத்துடன் சிலர் பூமிப்பந்தின் மூலைகளெங்கும் அலைந்து கொண்டிருக்கின்றார்கள். அவ்வாறு தனது தொலைந்துவிட்ட, திசைக்கொன்றாய்ச் சிதறிவிட்ட குடும்பத்தின் வேர்களைத் தேடி மைக்கல் ஒண்டாச்சி, இலங்கைக்குப் போவதைச் சற்றுப் புனைவுகலந்த சுயசரிதைத் தன்மையில் Running in the Family இல் எழுதியிருக்கின்றார்.

நிகழ்காலமும், கடந்தகாலமும் ஓர் ஒழுங்கில்லாது குலைக்கப்பட்டு அடுக்கப்பட்டு, எவரெவர் எதையெதைச் சொல்கின்றார்கள் என்ற அடையாளமின்றிய உரையாடல்கள்/ கவிதைகள் எனப் பல்வேறு எழுத்துமுறைகளினால் கதை சொல்லப்பட்டுப் போகின்றது. குடியைத் தவிர வாழ்க்கையில் வேறு எதுவுமில்லையோ என எண்ணுமளவிற்கு ஒண்டாச்சி குடும்பத்தினர் நிறையக் குடிப்பவர்களாக இருக்கின்றார்கள். அவரவர்க்கான குடும்பம் பிள்ளைகளென இருந்தாலும், திருமணத்துக்கு அப்பாலான பல்வேறுவிதமான உறவுகள் குறுக்கும்நெடுக்குமாய் முகிழ்ந்தும் குலைந்தபடியும் இருக்கின்றன. இவற்றையெல்லாம் சாதாரணமானது என்று ஏற்றுக்கொண்டபடிக் குழந்தைகளும் வளர்ந்துகொண்டிருக் கின்றார்கள். நன்றாகக் குடித்து அடிக்கடி கற்பனையே செய்து பார்க்கமுடியாத கலகங்கள் செய்யும் மைக்கல் ஒண்டாச்சியின் தகப்பன் (மெர்வின் ஒண்டாச்சி) தன்னைத் தமிழரெனவே அடையாளப்படுத்த விரும்புகின்றார். பறங்கிய இனத்தவர் களாக இருப்பினும், இந்துமதப்படிதான் மைக்கல் ஒண்டாச்சியின் பெற்றோரினது திருமணம் நடைபெறுகின்றது.

மெர்வின் ஒண்டாச்சியின் கலகங்கள் கொழும்புவிலிருந்து கண்டிக்குப் புகையிரதத்தில் பயணிப்பவர்களிடையே பிரசித்தமானது. கொழும்புவில் இராணுவத்தில் பணிபுரிந்து கொண்டிருந்த அவர் ஒருமுறை, ரயில் புறப்பட்ட ஒரு மணித்தியாலத்தில் துப்பாக்கியைக் காட்டிச் சாரதியை மிரட்டி, தனக்குத் தனியே பயணிக்க அலுப்பாயிருப்பதால் என்று கொழும்புவிலிருந்து தனது நண்பனை அழைத்து வருமாறு கோருகின்றார். நண்பர் வரும்வரை இரண்டு மணித்தியாலங்கள் ரயில் காத்துக்கொண்டிருக்கின்றது. அத்துடன், வேகமெடுத்து ஓடிக்கொண்டிருக்கும் ரயிலிலிருந்து சேற்று வயற்காணிகளுக்குள் குதிப்பது, கடுகண்ணாவைக் குகையிருட்டுக்குள் ஆடையைக் கழற்றி நிர்வாணமாய் நிற்கச் செய்து ரயிலை மேலே

செல்லவிடாது தடுப்பது எனக் குடியோடும், குடியின்றியும் மெர்வின் செய்யும் அட்டகாசங்கள் மிக நீண்டவை. ஒருமுறை அவரைக் கேகாலையிலிருந்து மதியவுணவுக்கு மீன்வாங்கி வருகவென வீட்டிலிருந்து அனுப்ப, மனுசன் இரண்டு நாட்களின்பின், இலங்கையின் இன்னொரு முனையான திருகோணமலையிலிருந்து ஒரு தந்தி அடிக்கின்றார் – 'மீன்கள் கிடைத்துவிட்டன; விரைவில் அவற்றோடு திரும்புகிறேன்.' இப்படிப் பயங்கர சுவாரசியமான மனிதராய் மெர்வின் ஒண்டாச்சி இருக்கின்றார். ஒரு கட்டத்திற்குப் பிறகு இவரது கலகங்களால் இவர் இலங்கைப் புகையிரதங்களில் பயணம் செய்யவே கூடாதென்ற தடை இவருக்கு எதிராக வருகின்றது.

தனது வேர்களைத் தேடி இருபத்தைந்து வருடங்களுக்குப் பின் இலங்கை செல்லும் மைக்கல் ஒண்டாச்சியின் இந்த நூலில் ஒண்டாச்சியின் தகப்பனாரும் அவரது அம்மம்மாவுமே அதிகம் பேசப்படுகின்றார்கள். அந்த அம்மம்மா, இளம் வயதிலேயே கணவனை இழந்தவர். அதன்பின் பல ஆண்களோடு உறவுகள் வைத்திருந்தவர். அவ்வாறான உறவுகளுக்கும், இரகசியச் சந்திப்புகளுக்கும் இவர்களின் வீடுகளைச் சூழவிருக்கும் கறுவாத் தோட்டங்களே உதவி புரிகின்றன (மைக்கல் ஒண்டாச்சியின் '*Cinnamon peeler*' என்ற கவிதைகூட அதை 'நாசூக்காய்ப்' பேசுகின்றது). அம்மம்மா அவ்வளவாய்ப் பேரப்பிள்ளைகளோடு ஒட்டாதவர்; இறுதிவரை தனது சொந்தக்காலில் நின்றவர். நுவரெலியா வெள்ளத்தில் மூழ்கிப்போகும் அவரது மரணம்கூட நெகிழ்வு தரக்கூடியது.

இப்புதினத்தில் ஜேவிபியின் எழுபதாம் ஆண்டு கிளர்ச்சி பற்றிய குறிப்புகள் வருகின்றன. மிக இளம்வயதில் கொல்லப்பட்ட ஆயிரமாயிரம் சிங்கள இளைஞர்கள் மதிப்புடன் நினைவு கூரப்படுகின்றனர். சிலோன் பல்கலைக்கழகத்தை முற்றுகையிட்டு, அங்கே தஞ்சம் புகுந்திருந்த நூற்றுக்கணக் கான இளைஞர்களை இராணுவம் கொல்லும்போது, அந்த இளைஞர்கள் சுவர்களில் எழுதிய இறுதி வார்த்தைகளும், புரட்சி பற்றிய நம்பிக்கைச் சொற்களும், சீகிரியா ஓவியங்கள் போல பாதுகாக்கப்பட்டிருக்க வேண்டுமென ஒண்டாச்சி குறிப்பிடுகின்றார் (அவை அவ்வாறு செய்யப்படவில்லை என்பது வேறுவிடயம்). சேர் ஜோன் கொத்தலாவையோடு காலையுணவு சாப்பிட்டு உரையாடியது, பாப்லோ நெருடா இலங்கையில் இருந்தபோது தங்களது வீட்டில் அவ்வப்போது வந்து விருந்துண்டவை எனப் பலவிதமான சம்பவங்கள் இதில் சித்திரிக்கப்படுகின்றன. வில்பத்துக்காட்டில் மைக்கல்

ஒண்டாச்சி தனது குடும்பத்தோடும் உறவுகளோடும் தங்கியிருந்த சில நாட்களைப் பற்றிய குறிப்புகள் ஒரு அழகான கவிதைக்கு நிகராய் வாசிக்கப்படவேண்டியவை.

இச்சுயசரிதைசார்ந்த புனைவை, ஒருவித நகைச்சுவை யுடன் அதேவேளை வாழ்வைக் கொண்டாடுகின்ற விதமாகவும் மைக்கல் ஒண்டாச்சி எழுதியிருக்கின்றார். மரணங்களுக்காய்க் கூட அதிகம் ஒண்டாச்சி நேரமெடுத்துக் கவலைப்பட்டுப் பக்கங்களை வீணாக்கி விடவில்லை. எப்போதும் தகப்பன்களிற்கும், மகன்களிற்குமான உறவு சிக்கலானதுதான். பிள்ளைகள் ஓரளவு வளர்ந்தவுடன் பெரும் இடைவெளியைக் காலம் குறுக்கே வேலியைப் போலப் போட்டுவிட்டுச் சிரிக்கத் தொடங்கிவிடுகின்றது. தமது பிரதிமையைத் தங்களது மகன்களில் பார்க்கத் தொடங்கிப் பின்னர் அவர்கள் வளர்கின்ற போது தமக்கான வீழ்ச்சி தமது மகன்களிலிருந்து தொடங்கி விட்டதென அநேகத் தகப்பன்மார்கள் நினைப்பதுகூட இவ்விரிசலை இன்னும் அதிகரிக்கச் செய்கின்றதெனவும் உளவியல் ரீதியான ஆய்வுகள் கூறிக்கொண்டிருக்கின்றன. எனினும் அவ்வாறான இடைவெளியே ஒவ்வொரு மகனுக்கும் தனது தகப்பனைப்பற்றி அறிந்துகொள்ளும் சுவாரசியத்தையும் கூட்டுகின்றன போலும்.

மேலும் அந்த மகன்களும் தகப்பன்களாகும்போது, தாம் தமது தகப்பன்களுக்குச் செய்ததையே தமது பிள்ளைகளும் தமக்குச் செய்துவிடுவார்களோ என்ற பதற்றம் பிற்காலத்தில் தந்தைமாரை ஒருவித பாவமன்னிப்புத் தொனியில் அவதானிக்க வைக்கின்றதாய் இருக்கவும்கூடும். அந்தப் பதற்றமே மைக்கல் ஒண்டாச்சியை தனது வேர்களைத் தேடி இலங்கைக்குச் செல்லவும் பதிவு செய்யவும் தூண்டியிருக்கக்கூடும். பேச்சை விட எழுத்தே ஆழம் மிக்கதென டீராக் டெரிதா முன்வைத்ததற்கு உதாரணமாய், ஒரு சாதாரண மனிதராய் வாழ்வின் பக்கங்களி லிருந்து நழுவிப்போயிருக்கக்கூடிய மெர்வின், மைக்கல் ஒண்டாச்சியின் இந்நூலின் மூலம் மீளவும் கண்டுபிடிக்கப் பட்டிருக்கின்றார்.

Coming Through Slaughter

அமெரிக்காவில் நியூ ஓர்லியன்ஸ் பகுதியில், சென்ற நூற்றாண்டின் ஆரம்பத்திலிருந்த ஒரு ஜாஸ் கலைஞனைப் பின் தொடர்ந்து சென்று பார்க்கும் கதை இது. ஜாஸில் மிகப்பெரும் ஆளுமையாக வரவேண்டிய ஒரு கலைஞன் *(Buddy Bolden)* தனது 31வது வயதில் மனப்பிறழ்வுக்காளாகி இருபது வருடங்களுக்கும் மேலாய் மனநல வைத்தியசாலையில்

கழித்து இறந்து போவதை இப்புதினம் பேசுகின்றது. ஜாஸ் குறித்த ஆரம்பப் புரிதல்களும், நிறைய பொறுமையும் இல்லாத விடத்து இந்நூலை வாசித்தல் அவ்வளவு இலகுவாயில்லை.

நேர்க்கோட்டுக் கதைசொல்லல் முறையில்லாது கடிதங்கள், கவிதைகள், உரையாடல்கள், வைத்தியசாலை ஆவணங்கள் போன்ற எல்லாவற்றையும் மாற்றிமாற்றிக் கலந்து கதை சொல்லப்படுகின்றது (இதே கதைசொல்லல் முறையைத்தான் மைக்கல் பின்னர் 'Running in the family'இல் பாவித்திருந்தாலும், இங்கு அது இன்னும் நிறைய வலைப்பின்னல்களாய்/சிக்கலாய் இருக்கின்றது). சில இடங்களில் போல்டனின் மூலமாக, வேறு சில இடங்களில் பிற பாத்திரங்கள் ஊடாக, சிலவேளைகளில் நூலாசிரியரின் பார்வையினூடாக எனக் கதை பல்வேறு திசைகளில் நகர்த்தப்படுகின்றது.

ஒரு ஜாஸ் கலைஞனாக இருக்கும் போல்டன், அதேவேளை ஒரு சவரத் தொழிலாளியாகவும் இருக்கின்றார். நமது ஊர்களி லுள்ள கொண்டாட்டமான விவாதங்கள் நடைபெறுகின்ற சலூன்கள் போலவே கறுப்பினத்தவர்களின் சவரக்கடை களும் இருக்கின்றன. ஜாஸ் கலைஞர்களுக்கும் பாலியல் தொழிலாளர்களுக்குமான உறவுகள் அச்சமூகத்தில் இயல்பாய் ஏற்றுக்கொள்ளப்பட்டவை. அவ்வாறு ஒரு விலைமாதராய் இருந்த நோராவுடன் போல்டன் வாழத் தொடங்குகின்றார். சலூன் கடை, ஜாஸ் இசைத்தலென இருக்கும் போல்டனுக்கு இரு குழந்தைகளும் இருக்கின்றன. அவ்வாறான காலப்பகுதியில், நோராவின் முன்னாள் காதலனும், 'மாமா' வேலை செய்து கொண்டிருந்தவனுமான Pickett இற்கு இன்னும் நோராவுடன் தொடர்பிருக்கிறது என்றறிந்து கத்தியால் அவன் முகம்/ நெஞ்செங்கும் குத்திக் காயப்படுத்திவிட்டு, போல்டன் தப்பி யோடித் தனது இன்னொரு காதலியான ரொபினோடு வாழத் தொடங்குகின்றார். ஆனால் முரண்நகையாக ரொபின் ஏற்கெனவே திருமணமானவர். ரொபின் தனது கணவனோடு இருக்கும் வீட்டிலேயே போல்டனும் வாழ்கின்றார்.

தனது கோபங்களையும், காமம் இல்லாத பொழுதுகளை யும், ரொபினின் கணவர் வெறியுடன் பியானோ வாசிப்பதன் மூலம் தீர்த்துக்கொள்கின்றார். ஒரு பெண்ணுடன் ஒன்றிற்கு மேற்பட்ட ஆண்கள் தங்கியிருப்பதும், ஒரு பெண்ணிற்கு ஒன்றிற்கு மேற்பட்ட ஆண்களுடன் தொடர்பிருப்பதும் அங்கே 'வித்தியாசமாய்ப்' பார்க்கப்படுவதில்லை. போல்டனும் ரொபினும் உடலுறவு கொள்ளும்போது அது என்றுமே முழுமையுறாத உறவாய், அவர்களுக்கிடையில் வேடிக்கை பார்க்கும் ஓர் அந்நியனாய் ரொபினின் கணவன் இசைக்கும

இளங்கோ

பியானோ இசை ஒவ்வொரு பொழுதும் வந்துவிடுகின்றது. அது எப்படியெனில், *The music was his dance in the auditorium of enemies....Bullets of music delivered onto the bed we were on... (P. 92).* கிட்டத்தட்ட இப்படி இரண்டு வருடங்கள் தலைமறைவு வாழ்க்கை வாழும் போல்டனை அவரது பொலிஸ் நண்பர் வெப் (*Webb*) கண்டுபிடித்து மீண்டும் பழைய நகருக்குக் கூட்டிவருகின்றார்.

இதன் பிறகு நடக்கும் சில சம்பவங்களினால், தனது முப்பத்தொன்றாவது வயதில் மனப்பிறழ்வுக்குள்ளாகிக் கிட்டத்தட்ட 20 வருடங்கள் வைத்தியசாலையில் கழித்து போல்டன் இறந்து போகின்றார். அவர் ஏன் அப்படி மனப்பிறழ்வுக்கு ஆளானார் என்பதற்கான தெளிவான காரணம் இல்லை குடியும் தனிமையும் ஒரு காரணமாய் இருக்கலாம் என்றாலும். ஜாஸ் இசையில் உச்சங்களைத் தொடும் தூரத்தில் இருக்கும்போது திடீரென்று ஏன் எல்லாவற்றையும் விட்டுவிட்டு நகரைவிட்டு ஓடிப்போய்விடுகின்றார் என்று அறிந்துகொள்வதற்கான காரணம் நாவலில் குறிப்பிடப்படவில்லை. ஆனால் இந்த இருண்மைத்தன்மையே இப்புதினத்திற்கு மேலும் மெருகைக் கொடுக்கின்றது.

இந்நாவல் மிகச்சிக்கலான வாசிப்பைக் கோருகின்றது. ஒரே அத்தியாயத்தில் பலரின் குரல்கள் தன்னிலையில் நின்று பேசுகின்றபோது யார் பேசுகின்றார்கள் என்ற குழப்பம் வருகின்றது. அத்தோடு சில சம்பவங்களை விவரிக்கத்தொடங்கி அவை அரைகுறையிலேயே நின்றும்விடுகின்றன. சிலவேளைகளில் சில அத்தியாயங்களைத் தாண்டி அந்தச்சம்பவம் வேறொருவரின் குரலினூடு நீளத்தொடங்கியும் விடுகின்றது.

எல்லாச் சம்பவங்களுக்கும் விவரிப்புகளுக்கும் காரணங்களைத் தேடி முடிவை எதிர்பார்க்கும் ஒரு வாசகருக்கு இந்தப் புதினம் ஏமாற்றத்தையும் அலுப்பையும் ஒருசேரத் தரக்கூடியது. இவற்றிற்கப்பால் மைக்கல் ஒண்டாச்சியின் கவித்துவம் நிரம்பிய எழுத்து சிலாகித்துச் சொல்லப்பட வேண்டியதாகும். 70களின் மத்தியில் எழுதப்பட்ட இப்புதினத்தில் இத்தனை பரிசோதனைகளை ஒண்டாச்சி செய்திருப்பதால் பிரதி மீதான அதிக கவனத்தை அது கோருகின்றது. அதனால்தான் இதை இன்று வாசிக்கும் ஒருவருக்கும் புதிய பல கதவுகளைத் திறக்கக்கூடியதாகவும் இது இருக்கின்றது. போல்டனின் ஜாஸ் இசை முறையாகப் பதிவுசெய்யப்படாவிட்டாலும், போல்டன் இன்றும் நியூ ஓர்லியன்ஸ் பகுதியில் ஆரம்பக்கால ஜாஸ் இசையின் ஆளுமைகளில் ஒருவரெனக் கொண்டாடப்பட்டபடியும்,

Buddy Bolden's Blues என்ற இசைக்கோவை அவரின் பெயரால் நினைவூட்டப்பட்டு இசைக்கப்பட்டபடியும் இருக்கிறது.

The Cat's Table

சிறுவர்களாக இருந்த நாம் எந்தக் கணத்தில் பெரியவர்களின் உலகினுள் பிரவேசிக்கின்றோம்? உடலில் ஏற்படும் மாற்றங்களைப் போல மனதில் ஏற்படும் மாற்றங்கள் பருண்மையானதல்ல. அப்படியெனில் அந்த மாற்றம் பெரியவர்களாக வளர்ந்த நம்மால் நினைவுகொள்ளக்கூடியதாக இருக்கின்றதா? 'யுத்தகால இரவொன்றின் நெருக்குதல் நமது குழந்தைகளை வளர்ந்தவர்களாக்கி விடுகிறது' என போர்ச்சூழலில் குழந்தைகளின் நிலையை சிவரமணி பதிவுசெய்திருக்கின்றார். மைக்கல் ஒண்டாச்சியின் 'பூனையின் மேசை' நாவல் மைக்கல் என்கிற பதினொரு வயதுச் சிறுவன் பெரியவர்களின் உலகினுள் நுழைகின்ற விதத்தைப் பல்வேறு சம்பவங்களினூடாக விவரிக்கின்றது. மைக்கல் மட்டுமில்லை, அவன் வயதொத்த கஸிசியஸ், ரமாடின் போன்றவர்களும் மூன்று வாரங்கள் நீளும் கப்பல் பயணத்தினால் வளர்ந்தவர்களின் உலகிற்குள் விரும்பியோ விரும்பாமலோ அடித்துச் செல்லப்படுகின்றார்கள்.

மைக்கல் எவரது துணையுமின்றித் தனியே இங்கிலாந்திலிருக்கும் தாயை நோக்கி *Orsonary* எனும் பெயருடைய கப்பலில் பயணிக்கின்றார். மைக்கலுக்கு 'மைனா' என்கின்ற செல்லப்பெயரும் உண்டு. அது அவரின் நண்பர்களுக்கு மட்டுமே தெரிந்த ஒரு பட்டப் பெயர். மைக்கல் கப்பலில் சந்திக்கும் இன்னொரு நண்பரான கஸிசியஸ், மைக்கல் படித்த சென்.தோமஸ் கல்லூரியில் ஒருவகுப்பு மேலே படித்தவர். மிகுந்த குழப்படிக்காரர்; பாடசாலை நிர்வாகத்தால் அவ்வப்போது கஸிஸியஸ் தண்டிக்கப்படுபவர். அதற்கு நேர்மாறான அமைதியான சுபாவமுடையவர் ரமடீன். ஆனால் ஆஸ்த்மா நோயால் அவதிப்படுபவர். இம்மூன்று சிறுவர்களும் கப்பலில் நண்பர்களாகின்றார்கள். ஒவ்வொரு நாளும் புதிது புதிதாய் இடங்களையோ சம்பவங்களையோ கண்டுபிடிப்பதே சுவாரசியமானதென கப்பலின் திசைகளெங்கும் அலைந்து திரிபவர்கள். கப்பலும் அறுநூறுக்கும் மேற்பட்ட பயணிகளைத் தாங்கக்கூடிய அளவுக்கு மிகவும் பெரியது.

அநேக இடங்களில் இருப்பதைப் போன்று கப்பலிலும் அந்தஸ்தில் பல்வேறு நிலையில் உள்ளவர்களுக்கென பல்வேறு வகுப்புகள் இருக்கின்றன. உயர்தர வகுப்பிலிருக்கும் பகுதிக்குப் பிறர் போகமுடியாது. உணவருந்தும் இடத்திலும்

இந்த வகுப்புப் பிரிவினைகள் இருக்கின்றன. (கப்பல்) கப்ரனின் உணவுமேசை அந்தஸ்து கூடியது. அந்த மேசையிலிருந்து வசதியில் குறைந்து குறைந்து போக இறுதியில் வருவது ‘பூனை மேசை’. அங்கேதான் மைக்கல் உணவருந்துவது. அந்தச் சாப்பாடுமேசை அந்தஸ்தில் குறைந்ததென்றாலும் சுவாரசியமான பல்வேறு வகைப்பட்ட மனிதர்கள் சந்திக்கும் ஓரிடமாக இருக்கின்றது.

மைக்கல் எனப்படும் மைனாவும் அவரது நண்பர்களும் அங்கேதான் பியானோ கலைஞரை, புறாக்களைத் தன் மேலங்கிக்குள் வைத்திருக்கும் பெண்மணியை, மூலிகைத் தாவரங்களை வளர்க்கும் ஆயுள்வேத வைத்தியரை, அவ்வளவாக அதிகம் பேசாத தையற்காரரை, பழுதாகி வரும் கப்பல்களை நுட்பமாக உடைப்பவரை, இங்கிலாந்திற்கு ஆங்கிலம் கற்பிக்கப் போகும் ஆசிரியரை... எனப் பலரை அந்தப் ‘பூனை’ மேசையில் சந்திக்கின்றனர். பியானோ கலைஞரான மாஸப்பா, இச்சிறுவர்களுக்கு பியானோ கற்றுக்கொடுப்பதோடு, ‘நீங்கள் உங்கள் விழிகளைத் திறந்துவைத்திருந்தால் இந்தக்கப்பல் பயணம் மிகுந்த வீரதீரச் செயலுடையதாக இருக்கும்’ என்கின்றார். பழுதடைந்த கப்பலை உடைப்பவரான நெவில், அந்தக் கப்பலில் பிறர் பார்க்கச் சாத்தியமில்லாத பகுதிகளை யெல்லாம் இச்சிறுவர்களுக்கு எப்படிப் பார்ப்பதென வழிகாட்டுகின்றார். மூலிகைகள் வளர்க்கும் டானியல் கப்பலின் இருண்ட தளத்தில் தான் வளர்த்த மூலிகைகளைப் பத்திரமாக இங்கிலாந்திற்குக் கொண்டு செல்வதை மைனாவிற்குக் காட்டுகின்றார்.

மைக்கல் ஒண்டாச்சியின் நாவல்கள் எப்போதும் மிக மெதுவாகவே தொடங்கும். சில பத்துப் பக்கங்களைத் தாண்டினாலே கதையைத் தொடர்ந்து வாசிக்கச் சுவாரசியம் வரும். ஆனால் ‘கொழும்பில் இருந்து கப்பல் பயணம் தொடங்குகின்றது’ என்று இந்நாவல் ஆரம்பிக்கும்போதே நமக்குத் தெரிந்த சூழலில் கதை நிகழ்வது என்பது இன்னும் நெருக்கமாய் உணர வைத்தது. சென்.தோமஸ் கல்லூரி பற்றிய விவரிப்பு, பொரலஸ்கமுகவில் மைக்கல் இருக்கின்ற வீட்டுச் சூழ்நிலை, சமையற்காரருடனும், அங்கே வீட்டுவேலைக்கு இருப்பவருடனும் இருக்கும் நெருக்கம், அவர்கள் மைக்கலுக்குக் காட்டும் புறவாழ்வியல் என மைக்கல் ஒண்டாச்சி அழகாக விவரித்துச் சொல்கின்றார். மைனா என்கின்ற மைக்கலின் பாத்திரம், பதினொரு வயதில் இலங்கையை விட்டுச் சென்றாலும் தனக்கு இன்றும் எந்த நாட்டோடும் ஒட்டாத ஒரு நாடோடி வாழ்வே எஞ்சியிருக்கின்றது என்று கூறுகின்றது.

இது தாம் பிறந்து வளர்ந்த நாட்டை விட்டுப் புலம்பெயர்ந்த பலரும் தங்களுக்குள் பொருத்திப் பார்க்கக்கூடிய ஒரு முக்கியச் செய்தியாகவும் இருக்கின்றது.

இந்நாவலுக்குள் திகிலூட்டும் பல விடயங்கள் நிகழ்ந்தாலும் இஃதொரு துப்பறியும் நாவலல்ல. சிறுவர்கள், எப்படி அவர்கள் அறிந்தோ அறியாமலோ பெரியவர்களின் உலகினுள் நுழைகின்றார்கள் என்பதே முக்கிய அம்சமாக இருக்கின்றது. சிலவேளைகளில் இந்த விடயங்கள் சிறுவர் களின் பார்வையிலிருந்து சொல்லப்படுவதால் 'திகிலூட்டும்' விடயங்களாய்த் தெரிகின்றதோ தெரியவில்லை. இதேவிடயம் வளர்ந்த ஒருவரின் பார்வையில் சொல்லப்பட்டால் அது வேறுமாதிரியாகக்கூட இருந்திருக்கலாம். சிலர் பெரியவர்களாக வளரும்போது அந்த மாற்றம் இயல்பாக நடக்கின்றது. சிலருக்கு அப்படி நிகழ்வதில்லை, அவர்கள் பலவற்றை விலையாகக் கொடுத்துத்தான் வளர்ந்தவர்களாகிவிட வேண்டியிருக்கின்றது.

மைக்கல் ஒண்டாச்சி தனது அநேக நாவல்கள் ஒன்றுக்கொன்று தொடர்பில்லாத பல்வேறு நாடுகளுக்கு நிலவியல் இடப்பெயர்ச்சி செய்வதை ஓரிடத்தில் குறிப்பிட் டிருக்கின்றார். *The English Patient* இத்தாலியிலிருந்து ஆபிரிக்காப் பாலைவனத்திற்கும், *Divesardo* அமெரிக்காவிலிருந்து சட்டென்று பிரான்சிற்கும் இடம்பெயர்ந்துவிடுகின்றன. *'The Cat's table'* இல் அவ்வாறான துல்லியமான இடப்பெயர்ச்சி சடுதியாக நிகழவில்லையெனினும், இலங்கையிலிருந்து புறப்படும் கப்பலில் நடக்கும் நிகழ்ச்சிகளிலிருந்து சுயெஸ் கால்வாயைக் கடந்தவுடன் சட்டென்று வளர்ந்தவர்களின் உலகிற்கு, இலண்டனுக்குச் சென்றுவிடுகின்றது. பின்னர் சிறிது காலம் கனடாவின் வன்கூவருக்கும் இடம்பெயர்ந்துவிடுகின்றது.

இங்கு நிலப்பெயர்வைவிட, ஒரு மனிதரின் வாழ்க்கைக் காலப் பெயர்வு சடுதியாக ஏற்படுகின்றது எனக் குறித்தலே சாலப் பொருத்தமாகும். *'Anil's Ghost'*இற்குப் பிறகு நான் சுவாரசியமாக வாசித்த மைக்கல் ஒண்டாச்சியின் நாவல் *'The Cat's Table'* என்பதையும் கூறியாக வேண்டும். இக்கதையைப் போன்றே மைக்கலும் தன் பதினோராவது வயதில்தான் இலங்கையிலிருந்து இங்கிலாந்திற்குச் சென்றிருக்கின்றார் என்றதகவல், மைக்கல் ஒண்டாச்சி தன் வாழ்வில் நடந்த கப்பல் கதையைத்தான் கூறுகின்றாரோ என்கின்ற மயக்கத்தை வாசிக்கும் நமக்குத் தரக்கூடும். புனைவில் நிஜங்களும் கற்பனைகளும் கலந்திருப்பது இயல்பானதே. உண்மைகளைப் பொய்கள் போலவும், நிகழாததை நிகழ்ந்ததுபோலவும் நம்பும்

படியாக எழுதும்போது நாவல் சுவாரசியமாகிவிடுகின்றது. அந்த வித்தை அறிந்த படைப்பாளி மைக்கல் ஒண்டாச்சி என்பது அவரைத் தொடர்ந்து வாசிப்பவர்களுக்கு நன்கு தெரியும்.

மைக்கல் ஒண்டாச்சி, சுனாமி அழிவின் பின் இலங்கைக்குப் போகின்றார். அங்கே ஒரு ஊரின் பெயர் தனது குடும்பப் பெயரைப் போல இருப்பதைக் காண்கின்றார். அங்கிருக்கும் ஊரவர்கள் கோயில்களுக்கு வேண்டிய புனிதப்பொருட்களைச் செய்து கொடுக்கின்றவர்களாக இருப்பதைப் பார்க்கின்றார். தனது பறங்கிய குடும்பப்பெயரிற்கு அண்மையாக இருக்கும் ஊர், இதென்பதால் ஒண்டாச்சிக்குப்பதிலாக அதையே தன் குடும்பப் பெயராக மாற்றலாம் என ஓரிடத்தில் நகைச்சுவையாகச் சொல்கின்றார். அவர் சொன்ன அந்த ஊர் இலங்கையின் மட்டக்களப்பிலுள்ள ஒண்டாச்சிமடமாகும்.

8

அலெஜாந்திரோ ஸாம்பிராவின் புனைவுலகம்

1

சமகாலத்தில் அலெஜாந்திரோ ஸாம்பிரா (Alejandro Zambra) சிலியின் முக்கிய எழுத்தாளராக இருக்கின்றார். ஸாம்பிராவின் தலைமுறையானது சிலியில் பினோச்சோவின் சர்வாதிகாரம் முடிந்த தறுவாயில் முகிழ்ந்த பரம்பரையாகும். ஆகவே கொடுங்காலத்தை நேரடியாக அனுபவிக்காத போதும் தமது பெற்றோர், வாயிலாக இருந்து அந்த இருண்டகாலத்தை அறிந்தவர்களாக ஸாம்பிரா போன்றவர்கள் இருக்கின்றார்கள். 'போன்ஸாய்' (Bonsai), 'மரங்களின் அந்தரங்க வாழ்க்கை' (The Private Lives of Trees), 'வீடு செல்வதற்கான வழிகள்' (Ways of Going Home) என்பவை ஸாம்பிரா எழுதிய நாவல்களாகும். கடந்த ஆண்டு 'சிலியின் கவிஞர்கள்' என்றொரு புதிய நாவலை ஸ்பானிஷில் எழுதி வெளியிட்டிருக்கின்றார். ஆனால் அது இன்னமும் ஆங்கிலத்தில் மொழிபெயர்க்கப் படவில்லை.

சிலியில் கவிதையும் கவிஞர்களுமே முக்கிய மாக இருக்கும்போது நாவல்கள் எழுதுபவர்கள் அவ்வளவு கவனிக்கப்படுவதில்லை. ஸாம்பிராவின் நாவலான 'போன்ஸாய்' அதன் புதிய எழுத்து நடைக்காய் அதிகம் கவனத்தைப் பெறுகின்றது. ஒருவகையில் ஸாம்பிரா, சிலியின் பிரபல்யமான

இளங்கோ

ரொபர்த்தோ பொலானோவின் ('2666', 'The Savage Detectives') நீட்சி எனச் சொல்லலாம். அதேவேளை ஸாம்பிராவுக்குப் பெரும் நாவல்கள் எழுதுவதில் நம்பிக்கை இருப்பதில்லை. இப்போது வந்திருக்கும் புதிய நாவலைத் தவிர, அவர் எழுதிய அனைத்து நாவல்களுமே 100–150 பக்கங்களுக்குள் முடிவடைந்து போய்விடுபவை. நாவலாசிரியராக மட்டுமின்றி ஒரு கவிஞராகவும் விமர்சகராகவும் சமகாலத்தில் இருக்கும் ஸாம்பிரா, எழுத்தில் புதிய வடிவங்களைத் தொடர்ச்சியாக முயற்சிசெய்பவர். அதனால்தான் அவரின் ஒரு புனைவான Multiple Choice முற்றுமுழுதாக வினாவிடைகளாய் எழுதப்பட்டு வெளிவந்திருக்கின்றது. அது புனைவு என்று இதுவரை சொல்லப்பட்ட வடிவத்தை மீறுகின்ற ஒரு முயற்சியாகும்.

ஸாம்பிராவின் நாவல்கள் சிறிதென்றாலும், அவர் அங்கே சில வரிகளாலும், சிறு பத்திகளாலும் பெரும் விடயங்களைச் சொல்லிச் செல்கின்றார். அதை நாம் அவற்றின் பின்புலங்கள் அறிந்தாலின்றி அவ்வளவு எளிதாக விளங்கிக் கொள்ளவும் முடியாது. அவரின் 'போன்ஸாய்' நாவல் ஓர் இணையின் வாழ்வைச் சொல்கின்றது. அவர்கள் படிக்கும் காலங்களில் காதலர்களாக இருந்தபோது அனுபவித்தவை நனவிடை தோய்தலாகின்றன. நாவலின் தொடக்கத்திலேயே முக்கியப் பெண் பாத்திரமான எமிலியா இறந்துவிட்டதாகச் சொல்லப் படுகிறது. இந்நாவல் அவரின் காதலராக இருந்த ஜூலியோவின் பார்வையினூடு விரிகின்றது. இவர்கள் இருவருமே ப்ரோஸ்ட்டை (Proust) வாசித்ததாகச் சொன்னாலும், அது பொய் என்று நமக்குத் தெரிகிறது. ப்ரொஸ்ட்டின் 'In Search of Lost Time'ஐ வாசிக்காமலே இருவரும் மீள்வாசிப்புச் செய்கின்றோமென எமிலியாவும் ஜூலியோவும் தங்களுக்குள் சொல்லிக்கொள்கின்றார்கள்.

அதேபோல எமிலியா தற்கொலை செய்துகொண்டு இறந்தார் என்றும், இல்லை அவர் ஒரு வாகன விபத்தில் இறந்தார் என்று இந்நாவலில் வெவ்வேறு விதமாகக் கூறப்படுகிறது. அதுவும் நம்புவதற்கில்லையென நமக்கு இறுதியில் புரிகிறது. ஒரு பாத்திரம், மற்றவர்களை அவ்வளவு பாதிக்காமல் பொய்யைச் சொல்லி எப்படி வாழ முடியுமென்பதற்கு இந்த நாவல் ஓர் உதாரணமாக இருக்கிறது. அதை மெல்லிய எள்ளலுடன் இந்த நாவல் முன்வைக்கிறது.

இதே மாதிரி பொய் சொல்லி வாழும் ஒருவரால், பிறரது வாழ்வு எப்படிப் பாதிக்கின்றது என்பதற்கு ஸாம்பிராவின் 'குடும்ப வாழ்வு' (Family life) என்னும் கதை நல்லதொரு

உதாரணமாகும். குடும்பம் ஒன்று விடுமுறைக்காகச் சில மாதங்கள் வேறொரு இடத்துக்குப் போக, அந்த வீட்டைப் பராமரிக்க வரும் ஒருவன், தன்னை அந்த வீட்டின் சொந்தக் காரன் என்று ஒரு பெண்ணை நம்ப வைத்து ஏமாற்றுவதை இந்தக் கதை சொல்கிறது. ஒருவகையில் இவ்வாறு பொய்களால் கட்டியமைக்கும் வாழ்வைத்தான் பல சிலியன்காரர்கள் வாழ்கின்றார்கள் என ஸாம்பிரா ஓரிடத்தில் கூறுகின்றார்.

ஸாம்பிராவின் மற்ற நாவலான 'மரங்களின் அந்தரங்க வாழ்க்கை'யில் முக்கியப் பாத்திரமான ஜூலியன், அவரது step-daughterஆன சிறுமியைத் தூங்கவைப்பதற்காய் மரங்களின் கதையைச் சொல்லத் தொடங்குகின்றார். அந்தச் சிறுமி நித்திரையான பின், ஜூலியன் தனது கடந்தகாலக் காதல் கதைகளை, வாசிக்கும் நமக்குச் சொல்கின்றார். இப்போது மரங்களினதும், ஜூலியனதும் காதல் கதைகள் ஒன்றையொன்று இடைவெட்டிக்கொள்கின்றன. இதன் நடுவில் அவரது மனைவியான வெரோனிக்கா இன்னும் வீடு திரும்பாதது பற்றியும் ஜூலியன் நினைவுகூர்கிறார். வெரோனிக்காவிற்கு இன்னொரு ஆடவனுடன் உறவு இருக்கலாமென்றும் நமக்கு மறைமுகமாக உணர்த்தப்படுகின்றது. அந்த ஆணின் வீட்டிலேயே வெரோனிக்கா அந்த இரவுக்குத் தங்கிவிட்டார் என்று நாம் ஊகித்தறிகிறோம். வெரோனிக்கா மனம் மாறி வீடு திரும்பினால் அவரோடு வருகின்ற சனிக்கிழமை விடுமுறைக்கு எங்கேனும் செல்லலாம் எனவும் ஜூலியன் நினைக்கின்றார். நேரமோ விடிகாலை நான்கு மணி ஆகிவிட்டது. வெரோனிக்கா இன்னும் வீடு திரும்பாமல் இருக்கின்றார். ஒரு மாலையில் தொடங்கி, அடுத்தநாள் விடிகாலையில் முடியும் நாவலாக இது அமைந்திருக்கிறது.

2

அலெஜாந்திரோ ஸாம்பிரா சிலியில் இருந்து அமெரிக்காவிற்கு ஒரு கல்லூரியில் கற்பிக்கப் போனபோது அவரது எதிர்கால மனைவியைச் சந்திக்கின்றார். கடந்த சில வருட காலமாக அவரும் துணையும் மெக்ஸிக்கோவில் வசித்து வருகின்றனர். அது அவருக்கு ஒருவர் தாய்நாட்டை விட்டுப் பிரிந்து வாழும் எல்லாவித உணர்வுகளையும் தருகின்றது என்கின்றார்.

அலெஜாந்திரோ ஸாம்பிராவின் புனைவுகளில் எழுத்தாளர் பாத்திரங்களே முதன்மையாக இருக்கின்றன. அதில் அவர்கள் நாவல்களை எழுதுகின்றவர்களாகவும் வருகின்றார்கள். அவர்கள் எழுதுகின்ற நாவல்களையே நாங்கள் வாசிக்கின்ற மாதிரியும், சிலவேளைகளில் அவர்களின்

வாழ்க்கையை நாவலுக்குள் நாவலாக எழுதப்பட்டது மாதிரியும், எது நிஜம், எது புனைவு என்கின்ற மெல்லிய கோடுகளுக் கிடையில் ஸாம்பிரா எழுதிச் செல்வதையும் நாம் பார்க்க முடியும்.

ஸாம்பிராவின் மூன்றாவது நாவலான ‘வீடு செல்வதற்கான வழிகள்’, சிலியில் 1985இல் நிகழும் பூகம்பத்துடன் ஒரு ஒன்பது வயதுச் சிறுவனின் நினைவுகளுடன் தொடங்குகின்றது. ஒரு நகரத்தில் தமக்கான தனித்துவங்களுடனும் தனிமையுடனும் இருக்கும் மனிதர்கள் அனைவரையும் பூகம்பம் ஒரேயிடத்தில் கொண்டு வந்து சேர்க்கிறது. அப்போது சிலியில் பினோச்சேயின் இருண்ட ஆட்சி நடக்கிறது. இந்தவேளை ஒன்பது வயதுச் சிறுவன், தன்னிலும் மூன்றுவயது மூத்த கிளாடியாவைச் சந்திக்கிறார். அவர்மீது வயதுக்கு மீறிய மெல்லிய ஈர்ப்பு இந்தச் சிறுவனுக்கு இருக்கிறது. கிளாடியாவைக் கவரும் நோக்கில், அவரின் வேண்டுகோளுக்கு இணங்க, அவரின் மாமா ஒருவரை இந்தச் சிறுவன் உளவு பார்க்கச் சம்மதிக்கின்றார். தனியே வசிக்கும் கிளாடியாவின் மாமாவின் நடவடிக்கைகளைக் கண்காணிப்பதற்காய், தன் பெற்றோரிடம் வயிற்றுப்பிரச்சினை எனப் பொய்சொல்லிப் பாடசாலைக்குக்கூடச் செல்லாது, தீவிரமாய் வேவு பார்க்கின்றார்.

இரண்டாவது பாகம், இந்நாவலை எழுதும் எழுத்தாளரை நமக்கு அறிமுகப்படுத்துகின்றது. இன்னும் சொல்லப்போனால் மேலே கூறப்பட்ட முதலாவது அத்தியாயம், இந்த நாவலாசிரியரால் எழுதப்படும் நாவலின் ஒரு பகுதியே ஆகும், இவ்வாறாக ஒரு நாவலிற்குள் இன்னொரு நாவலாகக் கதை வளர்கின்றது. நாவலாசிரியருக்கு எமெ என்கின்ற பெண்ணோடு நீண்டகால உறவு இருந்து இப்போது பிரிவு ஏற்பட்டுவிட்டது. ஆனால் நாவலாசிரியருக்குள் இன்னும் எமெமீதான காதல் வற்றாதிருக்கின்றது.

மூன்றாம் பாகம், மீண்டும் நாவலாசிரியர் எழுதும் நாவலிற்குள் போகின்றது. முதலாம் பாகத்தில் சிறுவனாக இருப்பவன், தற்செயலாகத் தன் குழந்தைமைக்கால நண்பியான கிளாடியாவை நீண்ட வருடங்களின் பின் சந்திக்கின்றான். கிளாடியா இப்போது நியூ யோர்க்கில் வசிக்கின்றார். அவருக்கு ஆர்ஜென்டீனா காதலர் ஒருவரும் இருக்கின்றார். கிளாடியா, தன் தகப்பனின் மறைவிற்காய் சிலியிற்குத் திரும்பி வருகின்றார்.

இந்த நாவலின் ஓரிடத்தில், ‘நாம் யாரோ ஒருவரின் கதையைச் சொல்லத் தொடங்குகின்றோம், ஆனால் இறுதியில் நாம் நமது கதையையே சொல்லி முடிகின்றோம்’ எனச் சொல்லப்

படுவதைப் போல இந்நாவலாசிரியர் முதல் அத்தியாயத்தில் எழுதுவதாய்க் கூறும் கதையும், இரண்டாம் அத்தியாயத்தில் அவரைப் பற்றிய நிகழ்வுகள் சித்திரிக்கப்படுவதும், எது நிஜம் எது புனைவு என்கின்ற இரண்டும் கலக்கப்பட்ட ஓர் இடத்திற்கு, இந்நாவலை வாசிக்கும் நாங்கள் மூன்றாம் பாகத்தில் வந்தடைகின்றோம்.

உண்மையில் இந்த நாவல், சர்வாதிகாரக் கொடூர ஆட்சியில் வாழ்ந்த தலைமுறையினருக்கும், அவர்களின் அடுத்த தலைமுறையினருக்கும் இடையில் வரும் – அவ்வளவு எளிதில் தீர்க்க முடியாத – சிக்கல்களைப் பேசுகின்ற புனைவாகும். ஹிட்லரின் ஆட்சியில் இருந்த ஜேர்மனியின் தலைமுறைக்கும், அதற்குப் பிறகு வந்த தலைமுறையினருக்கும் வந்த முரணும் இதுவே. அதைப் போன்றே சிலியின் பினோச்சேயின் காலங்களில் தப்பிப் பிழைத்த தலைமுறையினர், அதே பினோச்சேயின் காலங்களின் பின்னால் வந்த தலைமுறையினரின் கேள்விகளையும் விமர்சனங்களையும் எதிர்கொள்ள வேண்டியிருந்தது. நாவலின் ஓரிடத்தில் 'நாம் போர் முடிந்துவிட்டதென மீண்டும் வீடு திரும்புகிறோம். ஆனால் உண்மை என்னவென்றால், போர் இன்னும் எங்களின் மனங்களில் ஓயவே இல்லை' எனச் சொல்லப்படுகின்றது. அதேபோல ஒவ்வொரு பெரும் அழிவின்/கொடுங்கோல் ஆட்சியின் முடிவின் பின்னாலும் அவை கொடுத்த வடுக்கள் அவ்வளவு எளிதில் மறைவதுமில்லை என்றும் இந்நாவலை வாசித்து முடிக்கும்போது நமக்குப் புரிகிறது.

வீடு திரும்புதல் எல்லோருக்கும் சாத்தியமாவதில்லை. அவ்வாறு வீடு திரும்பியவர்களுக்கும், அவர்கள் விட்டு விலகிச் சென்றதைப் போல, அந்தப் பழைய சூழ்நிலைகள் அப்படியே திரும்பவும் வாய்ப்பதுமில்லை. எவரெனினும் வீடு திரும்புகின்றார்களோ இல்லையோ, அவர்களால் நினைவுகள் என்றென்றைக்குமாய்ச் சுமந்துகொண்டிருக்கும் வரலாறு எனும் வீடுகளிலிருந்து அவ்வளவு எளிதில் தப்பியோடவும் முடிவதில்லை.

3

ஸாம்பிராவின் நாவல்கள் கிட்டத்தட்ட இருபது மொழிகளில் மொழிபெயர்க்கப்பட்டிருக்கின்றன. *Secondary Characters* தனக்குப் பிடித்தமானது எனச் சொல்லும் ஸாம்பிராவின் புனைவுகளில் கதைகளுக்குள் கதைகளெனக் கதைகள் நீண்டபடியிருக்கும். போர்ஹேஸ்மீதும், பொலானோ மீதும் மதிப்புடைய ஸாம்பிரா, தனது நாவல்களை நூற்றுக்கணக்கான

பக்கங்களைக் கொண்ட பெரும் நாவல்களாய் எழுத விரும்புபவருமில்லை. ஒருவகையில் அவை *Novella* வகையைச் சேர்ந்தவை எனத்தான் சொல்ல வேண்டியிருக்கும்.

தமிழ்ச்சூழலில் இலத்தீன் அமெரிக்க நாவல்கள் என்றாலே அது மாய யதார்த்த வகையைச் சேர்ந்தவை என்ற பொது அபிப்பிராயம் நீண்டகாலமாக இருந்து வருகின்றது. மாற்றம் என்பதே மாறாதது என்பதுபோல இலத்தீன் அமெரிக்கப் புனைவு மாற்றமடைந்து வருவதற்கு ஸாம்பிரா போன்றோர்கள் மிகச் சிறந்த உதாரணங்களாகும். இவ்வாறு ஸாம்பிராபோல மாய யதார்த்தத்திலிருந்து மீபுனைவுகளுக்கு *(metafiction)* நகர்ந்து கொண்டிருக்கும் ஒரு படைப்பாளியாக தமிழில் ரமேஷ் பிரேதனின் அண்மைக்கால நாவல்களை நாம் சொல்லலாம்.

தினமும் எதையாவது எழுதிப்பார்க்கும் தனக்கு அது இணையத்தில் எழுதுவதாக இல்லாமல், தனது ஜேர்னல்களில் எழுதுவது உவப்பாக இருக்கின்றது என்கின்றார் ஸாம்பிரா. அதேபோல தான் மரணிக்கப் போவதாக இருந்தால், உடனேயே தான் அழிக்க விரும்புவது இந்த டயரிக்குறிப்புக்களாகத்தான் இருக்கும் என அவர் கூறினாலும், ஸாம்பிராவின் புனைவுகள் நம் சூழலில் நாம் தவறவிடாது வாசித்து நிச்சயம் உரையாட வேண்டியவையாகும்.

9

ரொபர்தோ பொலானோ

(Roberto Bolano)

1

பெரும்பாலான படைப்பாளிகளைப் போல ரொபர்தோ பொலானோ, அவரின் மறைவின் பின்னே கண்டுபிடிக்கப்பட்டவர். அவரின் படைப்புகளை வாசித்த ஆர்வத்தில் பலர் அவர் வாழ்ந்த வாழ்வு எப்படியானது என்று இன்றும் தேடிக்கொண்டிருக்கின்றனர். இப்போது கிடைக்கும் ஓரளவு நம்பகமான தகவல்களின்படி 1953ல் சிலியில் டிரக் டிரைவருக்கும், ஆசிரியை ஒருவருக்கும் மகனாய்ப் பிறந்த ரொபர்தோ தன் பதினைந்தாவது வயதில் மெக்சிக்கோவிற்குக் குடும்பத்தினருடன் புலம்பெயர்ந்திருக்கின்றார். டிஸ்லெக்ஷியா பாதிக்கப்பட்டிருந்த ரொபர்தோ, கற்பித்தலைக் கேட்கவோ அல்லது கிரகிக்கவோ முடியாது திணறிக்கொண்டிருந்த மாணவனாய் இருந்தாரென அவரின் ஆசிரியர்களால் குறிப்பிடப்பட்டிருக்கின்றார். மெக்சிக்கோவில் உயர்பாடசாலைக் கற்றலை உதறித் தள்ளிவிட்டு, பத்திரிகையாளராகத் தன்னை மாற்றிக்கொண்ட ரொபர்தோ, அங்கே கவிஞர்களுக்கான சிறு அமைப்பைக் கட்டியெழுப்பியிருக்கின்றார்.

தீவிர மார்க்சியவாதியான (டிரொஸ்கியவாதி) ரொபர்தோ பின்னாட்களில் மெக்ஸிக்கோவில் இருந்து சிலியிற்கு, பினோச்சோவின் சர்வாதிகார அமைப்பிற்கு எதிராகப் போராடத் தன்

இளங்கோ

தாய்நாட்டிற்கு மீண்டும் திரும்புகின்றார். அரசிற்கு எதிராகக் கிளர்ச்சியில் ஈடுபட்ட ரொபர்தோ கைதுசெய்யப் பட்டுச் சிறையில் அடைக்கவும்படுகின்றார். அங்கே சிறைக்காவலர்களாய் வேலை செய்யும் அவரின் பழைய இரண்டு பாடசாலை நண்பர்களால் அவர் காப்பாற்றப்பட்டு சிலியை விட்டுத் தப்பியோடுகின்றார். இந்த நிகழ்வு குறித்து "இப்படி ரொபர்தோ சிலியிற்குப் போய்த் தப்பி வந்தது" நிகழ்ந்ததா இல்லையா என்ற விசயம் உறுதிப்படுத்தப்படாது பல்வேறுவகையான விவாதங்கள் இன்றும் நிகழ்ந்து கொண்டிருக்கின்றன. இந்தத் தப்பித்தலின்போது எல் சல்வடோர் சென்று அங்கே கவிஞர்களோடும் போராளிகளோடும் நட்பு கொண்டார் எனவும் கூறப்படுகின்றது.

தனது இருபத்து நான்காவது வயதில் ஸ்பெயின் போகின்ற ரொபர்தோ, பார்சிலோனாவின் பல்வேறு கடலோர நகரங்களில் வாழ்ந்திருக்கின்றார். அவ்வாறான ஒரு நகரத்திலேயே *(Barnes)* அவர் தனது துணையான லோபஸைச் சந்தித்துக் கிட்டத்தட்ட இரண்டு தசாப்தங்களாய்த் தான் காலமாகும்வரை அவரது துணையோடும் பிள்ளைகளோடும் அந்த ஊரிலேயே வாழ்ந்திருக்கிறார். ரொபர்தோவின் அநேகப் படைப்புகள் பல்வேறு பதிப்பகங்களாலும் ஏஜெண்டுகளாலும் நிராகரிக்கப்பட்ட போதும் தொடர்ந்து எழுதிக்கொண்டே யிருந்திருக்கின்றார். அவரது துணை அவர் எழுதுவதற்கான சூழலைத் தொடர்ந்து எவ்விதத் தொந்தரவிற்கும் உள்ளாகாது கொடுத்திருக்கின்றார் என்பதும் கவனிக்கத்தக்கது. எனினும் ரொபர்தோவின் இறுதி வருடங்களில் அவர் தன் துணையை விட்டுத் தனித்து வாழ்ந்திருக்கின்றார் எனக் கூறப்படுகின்றது.

2

ஏன் எனக்கு ரொபர்தோ மிக நெருக்கமான ஒருவராக ஆனார் என யோசித்துப் பார்க்கின்றேன். அவரைப் போன்று பதின்ம வயதுகளிலேயே எனது புலம்பெயர்வு நிகழ்ந்தது மட்டுமில்லை, அநேகமான புலம்பெயர்ந்தவர்கள் செய்யும் தொழில்களான கோப்பை கழுவுதல், குப்பை அள்ளுதல், கழிவறைகளைச் சுத்தம் செய்தல் போன்ற பல்வேறுவகையான சாதாரணத் தொழில்களையே ரொபர்தோ தொடர்ந்து செய்தும் இருக்கின்றார் என்பதும் அவரை நான் நெருங்கியதற்கான காரணங்களில் சிலதாய் இருந்திருக்க லாம். மேலும் அவர் ஒதுக்கமான வாழ்வை வாழ்ந்துகொண்டு, எந்த நிலப்பரப்போடும் அதிகம் நெருக்கம் கொள்ளாத மனோநிலையையும் கொண்டிருந்தார். சிலி நாட்டைச்

சேர்ந்த பாப்லோ நெருடாவிலிருந்து, இஸபெல் அலெண்டே வரை அனைவரையும் விமர்சனங்களால் ரொபர்தோ அடிக்குத் துவைத்துமிருக்கின்றார். எங்கும் தன்னைப் பொருத்திக்கொள்ளாத அல்லது எவரையும் பின்தொடர விரும்பாத ஒருவரை இந்தச் சமூகம் அவ்வளவு எளிதாய் ஏற்றுக்கொள்ளப் போவதில்லை என்பதும் இயல்பானதுதான்.

ரொபர்தோவின் எழுத்துகளை வைத்து, அவர் ஒரு பெரும் குடிகாரராகவும், போதைப்பொருள் அடிமையாகவும் இருந்திருக்கலாம் என்று கட்டியெழுப்பப்பட்ட விம்பத்தை அவரைப் பற்றி இப்போது நிகழ்ந்துகொண்டிருக்கும் ஆய்வுகள், அப்படியில்லையெனத் தெரிவிக்கின்றன. அது மட்டுமில்லாது அவர் தன்னை எப்போதும் கவிஞனாகவே நினைத்துக்கொண்டவர் அவரின் குடும்பத்தின் பொருளாதார நிலையிற்காகவே பிற்காலத்தில் அவர் நாவலாசிரியராக மாறினார் எனக் கூறப்பட்டதைக்கூட, அப்படியல்ல அவருக்கும் நாவலாசிரியராகும் ஒரு கனவு நீண்டகாலமாய் இருந்து வந்ததை இப்போது கண்டெடுக்கப்பட்டுள்ள அவரின் தொடக்க காலக் குறிப்பேடுகள் சில நிரூபிக்கின்றன.

3

ரொபர்தோவின் படைப்புக்களை வாசித்து நெருக்கம்கொண்ட பலர் இப்போது அவர் வாழ்ந்த பார்சிலோனாவுக்கு அவரின் சுவடுகளைத் தேடிச் சென்றபடியிருக்கின்றனர். அப்படி அங்கே போய், ரொபர்தோவின் நீண்டகால வீடியோ கடை நண்பருடன் உரையாடும் லிஸா எமக்கு இன்னொருவிதமான ரொபர்தோவைக் காண்பிக்கின்றார். எப்போதும் எங்கேயும் புத்தகங்களை வாசித்துக்கொண்டிருக்கும் ஒருவரையே, ரொபர்தோவின் நண்பர் மட்டுமில்லை வேறு பலரும் நினைவு கொள்கின்றனர். தோள்வரை நீளும் தலைமயிரும், அடர்த்தியான கண்ணாடியும் அணிந்த ரொபர்தோவையே அவர்கள் தங்கள் ஞாபகங்களினூடாக மீண்டும் நிகழ் காலத்திற்குக் கொண்டு வருகின்றனர். தனது மகனைப் பாடசாலையிலிருந்து அழைத்துவரக் காத்திருக்கும்போதுகூட ரொபர்தோ புத்தகங்களை வாசிக்கும் ஒருவராக மட்டுமின்றி, சிலவேளைகளில் சினிமா தியேட்டருக்குள்ளும் நூலை வாசிக்கும் தீவிரமான வாசகராகவும் இருந்திருக்கின்றாரென அவரோடு ஒரு தசாப்த காலத்திற்கு மேலாக நெருங்கிப் பழகிய நண்பர் ஒருவர் நினைவுகூர்கின்றார்.

மேலும், ரொபர்தோ ஒரு பெருங்குடியாளனோ அல்லது போதைமருந்து அடிமையோ அல்லவெனக் குறிப்பிடும் அந்த நண்பர், ஆனால் இவ்வாறானவர்களின் வாழ்க்கையை அவதானிப்பதற்காய் மணித்தியாலக்கணக்கில் மதுபான விடுதிகளில் தனது நேரத்தை ரொபர்தோ செலவழித்திருக்கின்றார் எனச் சொல்கின்றார். மற்றவர்கள் உரையாடுவதை அமைதியாக எப்போதும் கேட்க விரும்பும் ரொபர்தோவுடன் பின்னாட்களில் போதையிற்கு அடிமையான நிறையபேர் நண்பர்களாய் ஆகியும் இருக்கின்றனர். அவர்களின் கதைகளைக் கேட்கும்போது நிறைய கோப்பியும், சிகரெட்டும் அருந்தும் ரொபர்ட்டோவைத்தான் தனக்குத் தெரியும் என்கிறார் அந்த நண்பர்.

இவ்வாறாக ரொபர்தோவைத் தேடிப்போகும் லிஸா, அவரின் நாவல்கள் மெக்சிக்கோவையோ, சிலியையோ பின்புலங்களாய்க் கொண்டவையாக இருந்தாலும், அந்த நாவல்களில் அவர் தொலைந்துபோன கனவுகளை, கடந்து போன வாழ்வை எழுதினாலும், அவர் அந்த நாவல்களில் சித்திரித்தவை தான் ஸ்பெயினில் வாழ்ந்துகொண்டிருந்த நிலப்பரப்புக்களையும் வாழ்ந்த வாழ்வையுந்தான் என்கின்றார். இது ஒருவகையில் புலம்பெயர்ந்து வாழும் படைப்பாளிகள் பலர் மறைமுகமாக உணர்கின்ற யதார்த்தமும்கூடத்தான்.

சிலவேளைகளில் நாம் நமது தாயகத்தை எழுதும்போது, நாம் இப்போது வாழ்ந்துகொண்டிருக்கும் புலம்பெயர்ந்த தேசத்தின் கதையைத்தான் எழுதிக்கொண்டிருக்கின்றோமோ என்ற தோற்ற மயக்கம் ஏற்படுவதும் இயல்புதானல்லவா? ஆனால் ரொபர்தோவிற்கும் நமக்கும் உள்ள வித்தியாசம் என்னவென்றால் அவர் சிலியை விட்டுப் பிரிந்தபின் அவருக்கு ஸ்பானிஷ் பேசக்கூடிய நாடுகள் தென்னமெரிக்காவில் நிறைய இருந்தன. இறுதியாய் அவர் வாழத் தேர்ந்தெடுத்துக் கொண்ட ஸ்பெயினிலும் அவரை அவ்வளவு அந்நியப்படுத்தாத அவரின் தாய்மொழியைப் பேசிவாழும் மக்கள் அங்கு வாழ்ந்திருந்தது சிறப்பாகும்.

கடந்த வருடம் ஒரு எழுத்தாள நண்பருக்குப் புலம்பெயர்ந்திருந்து எழுதுவதில் வரும் சலிப்பைப் பற்றி ஒரு கடிதத்தில் நான் குறிப்பிட்டபோது, அவர் முதன்மையாகக் குறிப்பிட்டது, 'உங்களுக்கு உங்கள் மொழி பேசும் மக்கள் திரளிடையே வாழ முடியாதது பெரும் இழப்பு' என்றிருந்தார்; கசப்பானது என்றாலும் அதுதான் உண்மை.

4

ரொபர்தோவின் நண்பரான வீடியோ கடைக்காரர், தானும் அவரும் மணிக்கணக்கில் அரசியல், இலக்கியம், திரைப்படங்கள், பெண்கள் பற்றி நிறையப் பேசிக்கொண்டிருப்போம் என்கின்றார். படைப்பாளியாக இருந்தபோதும் எப்போதும் தன்னை யாரேனும் அளவுக்கதிகமாய்ப் பாராட்டினால் அவர்களை விலத்தி வரவே ரொபர்தோ விரும்பியிருக்கின்றார் எனவும், அதே சமயம் சக எழுத்தாளர்களுடன் எப்போதும் அளவளாவப் பிரியப்பட்டவராக இருந்திருக்கின்றார் எனவும் சொல்கின்றார். தாங்கள் வூடி அலனின் படங்கள் உள்ளிட்ட நிறையப்பேரின் படங்களை விவாதித்ததாகவும், ரொபர்தோவிற்கு டேவிட் லிஞ்ச், நைட் ஷியாமளன் போன்றவர்களின் திரைப்படங்கள் அதிகம் பிடிக்கும் எனவும் அந்த நண்பர் குறிப்பிடுகின்றார்.

ரொபர்தோவின் படைப்புகளை ஆய்வுசெய்ததில், அவர் பற்றியும் நிறையப் புத்தகங்கள் இப்போது வரத் தொடங்கி விட்டன. அதுமட்டுமின்றி இன்னமும் பிரசுரிக்கப்படாது கையெழுத்துப் பிரதிகளாக இருக்கும் ரொபர்தோவின் ஆக்கங்களும் இப்போது பிரசுரங்களுக்குத் தயாராகிக் கொண்டிருக்கின்றன. ரொபர்தோவை இறுதியாய் நேர்காணல் செய்த ஒருவர், அவருக்குப் பிற்காலத்தில் ஒரு காதலி இருந்திருக்கின்றார் என்றும், அந்தப் பெண்ணையும் கவனத்தில் கொள்ளவேண்டுமென அண்மையில் புதிய சர்ச்சையொன்றைக் கிளப்பியிருக்கின்றார்.

எதுவென்றாலும் புதுவகையான எழுத்தை அறிமுகப் படுத்திய ரொபர்தோ போன்றவர்களை அவரின் வாசகர்கள் கொண்டாடவே செய்வார்கள். அதுபோலவே அவரைப் பற்றிய புதிர்களும் அவரைப் பற்றிய வசீகரத்தை இன்னும் அதிகரித்தபடியே இருக்கும். இறந்தபின்னும் ஆயிரம் பொன் என்பது யானைகளுக்கு மட்டுமில்லை ரொபர்தோ, வான்கோ போன்ற படைப்பாளிகளுக்கும் பொருந்தும். ஆனால் இவையெல்லாவற்றையும்விட இந்தப் புகழ், பெயர் என்பவற்றைப் பொருட்படுத்தாது, தாங்கள் வாழும் காலத்தில் நிராகரிக்கப்பட்டிருந்தபோதும், தாம் விரும்பியதை எதன் பொருட்டுக் கைவிடாது செய்துகொண்டிருந்தார்களோ, அதைத்தான் ரொபர்தோவிடமிருந்தும் வான்கோவிடமிருந்தும் நாம் கற்றுக்கொள்ள வேண்டியிருக்கின்றது.

" இளங்கோ

10

வாசிப்பு: ரொபர்தோ பொலானோ – 01

Savage Detectives

ரொபர்த்தோ பொலானோவின் *'Savage Detectives'* நாவல், பதின்மங்களில் இருக்கும் இலக்கிய ஆர்வம் கொண்ட இளைஞர்களைப் பின்னணியாக வைத்து எழுதப்பட்டிருக்கிறது. மெக்ஸிக்கோவில் அதுவரை இருந்த கவிதை முறையை மாற்றுகின்றோம் என்று தங்களுக்குள் அறைகூவல் விடுத்து ஒரு புதிய குழுவை (Visceral Realists) அமைத்து இவர்கள் இயங்கத் தொடங்குவார்கள். இந்த நாவல் கிட்டத்தட்ட பொலானோவின் இளமைக்கால வாழ்க்கையில் நடந்தவற்றை அடிப்படையாகக் கொண்டதென்றாலும், இந்த நாவலின் கதைசொல்லி பொலானோ அல்ல.

Visceral Realists அமைப்பைச் சேர்ந்த கார்ஸியா மாதரோவினாலே இந்தக் கதை சொல்லப்படுகின்றது. அவ்வாறு கூறப்படும் கதையில் பொலானோவின் *Alter ego*வான, Arturo Belano ஒரு பாத்திரமாக வருகின்றது. இவ்வாறே ஹெமிங்வே, தான் சம்பந்தப்பட்ட இளமைக்காலக் கதையைச் சொல்லுகின்றபோதும், தன்னையொரு உபபாத்திரமாகக் கொண்டு *'A Moveable Feast'*ஐ எழுதியிருப்பார்.

எனக்கு பொலானோவை, ஹெமிங்வேயும் – ப்யூகோவ்ஸ்கியும் இடைவெட்டும் புள்ளியில்

வைத்துப் பார்ப்பது பிடிக்கும். பொலானோ தனது 15வது வயதில் சிலியிலிருந்து மெக்ஸிக்கோவுக்குப் புலம்பெயர்ந்தவர். பின்னர் ஒரு காதல் பிரிவின் நிமித்தம் மெக்ஸிக்கோவை விட்டுத் தனது இருபதுகளில் ஐரோப்பாவுக்குப் புலம்பெயர்ந்தார். இலத்தீன் அமெரிக்க நாடுகளில் பலரால் வியந்து பாராட்டப்பட்ட மார்க்குவெஸ், பாப்லோ நெருடா, இஸபெல் அலண்டே போன்றவர்களை எள்ளலாகப் பல இடங்களில் விமர்சனம் செய்தார். அதேவேளை போர்ஹேஸ்ஸையும் அக்டோவியா பாஸையும் தனக்குரிய ஆதர்சமாகக் கொண்டவர். ஆகவேதான் இந்த நாவலில் *(Savage Detectives)* அக்டோவியா பாஸை ஒரு பாத்திரமாக ரொபர்தோ கொண்டுவருகின்றார்.

இளமை கொப்பளிக்கும்போது எழும் கனவுகள்தான் எத்தனை அழகானது. இந்த உலகையே புரட்டப் பெரும் புரட்சி செய்யவும், கலை இலக்கியங்களில் பெரும் மாற்றங்களைக் கொண்டு வரவும், கற்பனை செய்யாதவர்கள் எவரேனும் இருப்பார்களா என்ன? அவ்வாறு மாற்றங்களைக் கொண்டு வரப் புறப்பட்ட ஒரு குழு பின்னாட்களில் எப்படிச் சிதைவுண்டு போகின்றது என்பதை நாம் இங்கே பார்க்கின்றோம்.

இந்த நாவலின் முக்கியப் பாத்திரமான ஒன்று நிகாரகுவாவிற்குப் புரட்சி செய்யப்போய், இறுதியில் வெறுமை சூழ, ஒரு பூங்காவில் அக்டோவியா பாஸைச் சந்திக்கும். அக்டோவியா பாஸ் இந்த இளைஞர்களுக்கு ஒரு காலத்தில் ஆதர்சமாக இருந்தவர். ஆனால் அந்தக் குழு உடைந்து போனது மட்டுமின்றி, இந்தப் பாத்திரத்திற்குள் எந்தப் பெரும் நெருப்பும் இப்போது கனன்று எரிவதில்லை. ஒரு இடத்தில் யூலிஸஸ் லிமா என்கின்ற இந்தக் கதாபாத்திரம், 'ஒருவருக்கு இருப்பதற்கு ஓரிடமும், செய்வதற்கு ஒரு வேலையும் நிச்சயம் வேண்டும்' என்று சொல்லும். ஆனால் துயரம் என்னவென்றால் யூலிஸஸ் லிமா என்கின்ற இந்தப் பாத்திரம் இந்த இரண்டும் இல்லாது தத்தளிப்பில் அப்போது அலைந்துகொண்டிருக்கும்.

எழுபதுகளின் நடுப்பகுதியில் தொடங்கும் இந்த நாவலை ரொபர்த்தோ பொலானோ 1998இல் எழுதி முடித்து வெளியிடுகின்றார். அந்த நாவல் வருகின்ற காலப்பகுதியில்தான் இந்த நாவலில் ஒரு பாத்திரமாக வருகின்ற யூலிஸஸ் லிமா என்கின்ற இளமையில் அவ்வளவு துடிப்புமிக்கதாய் இருந்த நண்பரை, கார் விபத்தில் ரொபர்தோ இழக்கின்றார். அந்த நண்பரின் உடலம் எவரும் அனுமதி கோராது மூன்று நாட்களுக்கும் மேலாக வைத்தியசாலையின் பிணவறையில் இருந்த கொடுமை நிகழ்ந்திருக்கின்றது.

வாழ்க்கையெனும் பரமபதத்தில் நாம் எங்கெங்கெல்லாம் எடுத்துச் செல்லப்படுவோம் என்று எவருக்கும் தெரிவதில்லை. ஆனால் இலக்கியம் இவ்வாறு உதிரிகளாக அடையாளமற்றுப் போகும் மனிதர்களை வேறொரு வகையில் நினைவுகொள்ளும். ரொபர்தோ பொலானோவை வாசிக்கும் என்னைப் போன்ற வாசகர்கள், நிஜவாழ்வில் எவருக்குமே தேவையற்று அநாதரவாய் இறந்து போன மனிதனை, யூலிஸஸ் லிமா என்ற பாத்திரத்தி னூடாக உயிர்ப்புடன் வைத்துக்கொள்வோம்.

இந்த *'Visceral Realists'* இளைஞர்களுக்கு அக்டோவியா பாஸ் போல, இன்னொரு எழுத்தாளரான ஸிசாரோ டினாஜாரோ என்கின்றவரும் ஆதர்சமானவர். அவரையே தங்கள் குழுவின் தாயைப் போன்றவர் என்கின்றனர். ஆனால் டினாஜாரோ இலத்தீன் அமெரிக்க இலக்கியங்களில் அதிகம் பேசப்படாதவர். அதேபோல அவரின் வாழ்வும் மர்மமானது. இறுதியில் ஒரு பாலைவனத்தில் காணாமற்போனவர் எனச் சொல்லப்படுகின்றது. அதன்பின் அவரைப் பற்றி எவருக்கும் தெரிவதில்லை. ஒருவகையில் இந்த நாவலின் முதற்பாகமே அந்தப் பெண்ணைத் தேடி இந்த இளைஞர்கள் அந்தப் பாலைவனத்துக்குப் போவதற்கான முயற்சிகளைப் பற்றியதுதான். ஆக, இந்த நாவல் வரலாற்றில் காணாமற் போனவர்களை, எளிய மனிதர்களாகக் காலத்தின் அபத்தத்தினால் விழுங்கப்பட்டவர்களைக் கண்டடைகின்ற ஓர் எத்தனம் என்றுகூடச் சொல்லலாம்.

இன்னொருவகையில் உலகின் ஒரு மூலையில், எவராலும் அதிகம் பேசப்படவோ கண்டுகொள்ளவோ படாத இளைஞர் களின் பெருங்கனவுகளை எழுபதுகளின் பின்னணியில் வைத்து நாம் வாசித்துப் பார்க்கின்றோம். போதைமருந்துக்குள் அகப்பட்டிருந்த பொலானோ தனது நாற்பதுகளில் பார்சிலோனாவில் ஒரு பெண்ணைத் திருமணம்செய்து குழந்தைகளும் பிறந்தபின் வேறொரு மனிதராக மாறுகின்றார். எவ்வாறு போதையிலிருந்து மீண்டேன் என்று ஒரு கட்டுரையாகக்கூட அவர் எழுதியிருக்கின்றார்.

ஒருவர் எவற்றில் வீழ்ந்தார், மீண்டார், எழுந்தார் என்பவற்றையெல்லாம் ஒரு கலைஞனைக் குறித்து யோசிக்கும் போது வாசகர்கள் அவ்வளவு கவலைப்படுவதில்லை. ரொபர்தோ பொலானோ போன்ற எழுத்தாளர்கள் எவ்வகை யான படைப்புகளை நமக்குத் தந்திருக்கின்றார்கள் என்பதே நமக்கு முக்கியமானது. ஒருவகையில் தன் சமகாலத்துப் பெரும் எழுத்தாளர்களை எள்ளல் செய்து, நோபல் பரிசு போன்ற வற்றைக் கடுமையாக விமர்சித்த பொலானோ, இன்றைக்கு

மார்க்குவெஸ், போர்ஹேஸ்போல இலத்தீன் அமெரிக்க உலகில் மிக முக்கியமான எழுத்தாளராக மாறிவிட்டிருக்கின்றார். ஆனால் பொலானோ வாழ்ந்த காலத்தில் அவர் ஓர் உதிரி; பலரால் அவ்வளவாகக் கவனிக்கப்படாத ஓர் எளிய படைப்பாளி.

தனது கலைக்கு நேர்மையாக இருந்த பொலானோ அவரது ஐம்பதாவது வயதில் (2003) காலமாகிப் போனாலும், இன்றைக்கு அவரே கற்பனை செய்திராத எல்லைக்கு அப்பாலும் பிரகாசமாக ஒளிர்ந்துகொண்டிருக்கின்றார்.

இளங்கோ

11

வாசிப்பு: ரொபர்தோ பொலானோ – 02

Woes of the True Policeman

ரொபர்தோ பொலானோவின் இந்த நாவல் ஓரினப்பாலர் பற்றி அதிகம் பேசுகிறது. சிலியில் பிறந்த பேராசிரியர் ஸ்பெயினின் பார்சிலோனா பல்கலைக்கழகத்தில் கற்பிக்கும்போது அங்கே படிக்கும் மாணவன் ஒருவனோடு தற்பால் உறவில் ஈடுபட்டதால் வளாகத்திலிருந்து வெளியேற்றப் படுகின்றார். துணையை ஏற்கெனவே இழந்த இந்தப் பேராசிரியர், தன் மகளைக் காப்பாற்றும் பொருட்டு, மெக்சிக்கோவிலுள்ள ஒரு நகருக்கு இடம்பெயர்கின்றார்.

கதை பிறகு மெக்சிக்கோவுக்கும் ஸ்பெயினுக்கு மெனப் பேராசிரியரும் / மா்ணவரும் எழுதும் கடிதங்களினூடு நீளுகின்றது. பேராசிரியருக்கு மெக்சிக்கோவிலும் ஒரு மாணவனோடு உறவு முகிழ்கிறது. ஒருகட்டத்தில் அவரது மகள் தந்தையின் தற்பால் உறவைக் கண்டுபிடிக்கின்றார். இதற்கிடையில் மெக்சிக்கோவில் பேராசிரியர் இருக்கும் நகரில் இளம் பெண்கள் பலர் கொல்லப் படுகின்றார்கள். அதற்கான காரணங்களைத் தேடும் பொலிஸார் ஒருகட்டத்தில் பேராசிரியரின் கடந்தகால வாழ்க்கையை அறியும்பொருட்டு அவரையும் பின்தொடர கதை பல்வேறு திசைகளில் பிரிந்துபோகின்றது.

போர்ஹேஸ்மீது மிகுந்த ஈர்ப்பிலிருக்கும் ரொபர்தோவை இந்த நாவலில் இன்னும் துல்லியமாக அறிந்துகொள்ள முடியும். இந்தப் பேராசிரியர் ஸ்பானிஷில் மொழிபெயர்த்திருக்கும் பிரான்சு எழுத்தாளர் பற்றிய தனிக்கதை இந்நாவலில் ஒருபக்கம் நகர்கின்றதென்றால், இன்னொரு புறத்தில் மெக்ஸிக்கோவை பெல்ஜியத்தினரும் பிரெஞ்சுக்காரரும் தாக்கும்போது அங்கிருந்த பூர்வீக மக்களால் அவர்கள் துரத்தியடிக்கப்படு கின்ற, பல நூற்றாண்டுகள் பின்னாலுள்ள வரலாற்றுக் கதையும் சொல்லப்படுகின்றது. ரொபர்தோ நமக்கு அறிமுகமான எழுத்தாளர்களோடு எப்படித் தனது கற்பனையான கதாசிரியர்களையும் உலாவவிடுகின்றாரோ, அவ்வாறே அவர் கூறும் வரலாறுகளும் உண்மையில் நிகழ்ந்தவைதாமா என்ற சந்தேகம் வருவதும் இயல்பானதேயாகும்.

இந்நாவலில் வரும் பேராசிரியர் பாத்திரம் ரொபர்தோவின் புகழ்பெற்ற 2666இல் வேறொருவராக வருகின்றார். ஸ்பெயினில் இருக்கும் பாடியா, தான் எழுதுவதாய்க் கூறும் *God of Homosexuals*ஐப் பற்றி வரும் விவரிப்புகள், குறிப்புகள், குழப்பங்கள், இடையில் தொடரமுடியாத் தவிப்புக்கள் என எல்லாமே ரொபர்தோ எழுதிய ‘2666’ பற்றியதுதானோ என்று ஒரு நேர்கோட்டில் வைத்துப் பார்ப்பதுகூட சுவாரசியம் தரக்கூடிய விடயமாகும்.

இந்நாவலை ரொபர்தோ 1980களில் எழுதத்தொடங்கித் தான் இறக்கும் (2003) வரை தொடர்ந்து எழுதிவர இது முடிவுறாத ஒரு நாவலென இந்நாவலின் பின்னுரையில் ரொபர்தோவின் மனைவி குறிப்பிடுகின்றார். ஆனால் இது நாவலே அல்ல, ரொபர்தோ தான் எழுத நினைத்த நாவல்களிற் கான பெருங்குறிப்புகளே இவ்வாறு ஐந்து பகுதிகளாய்ப் பிரிக்கப்பட்டு அவரது கணினியிலும் கையெழுத்துப் பிரதிகளிலும் இருந்ததென ரொபர்தோவின் எடிட்டர்களில் ஒருவர் குறிப்பிடுகின்றார். ரொபர்தோ பிற்காலத்தில் மனைவியிடமிருந்து பிரிந்து வாழ்ந்து வந்ததையும் நாம் கவனித்தாக வேண்டும்.

ஒருவரின் எழுத்து பெரும்புகழ் அடையும்போது, அவரின் முடிக்கப்படாத எழுத்துகள் அந்தப் படைப்பாளி காலமான பின் பிரசுரமாவது கடந்தகாலங்களில் நிகழ்ந்திருக்கின்றன. ஆனால் அப்படி வெளிவருபவை எழுத்தாளரின் விருப்பாய் இருந்திருக்குமா அல்லது எழுதியவரின் நிறைந்த படைப்புகளை, இவ்வாறு முழுமையடையாத படைப்புகள் வெளிவரும்போது பாதிக்கச் செய்யாதா என்ற கேள்வியும் தவிர்க்க முடியாதவை.

ரொபர்தோ எப்படித் தன் நாவல்களை எழுதி யிருக்கின்றார், எவ்வாறு அவற்றைத் திருத்தித்திருத்தி வேறு திசைகளில் புனைவுகளை மாற்றியிருக்கிறார் என்று அறிந்து கொள்வதும், ரொபர்தோவின் நாவல்கள் எந்தப் புள்ளிகளில் அவரளவில் முழுமையடைகின்றன எனக் கண்டுபிடிப்பதும் என்னைப் பொறுத்தவரை, சுவாரசியம் தரக்கூடிய ஒரு மாய விளையாட்டுப் போல இருக்கிறது.

12

ஹருகி முரகாமி

ஹருகி முரகாமி எழுத்தாளராக ஆகியதே ஒரு தற்செயல் நிகழ்வுதான். முரகாமி பல்கலைக்க கழகத்தில் படித்துக்கொண்டிருந்த காலத்தில் தனது 21வது வயதிலே தன் காதலியாக இருந்தவரைத் திருமணஞ் செய்து, ஜாஸ் கிளப்பொன்று நடத்தியவர். ஒருநாள் தனது 29ஆம் வயதில் பேஸ்போல் ஆட்டம் பார்த்துக்கொண்டிருந்தபோது, நாவல் எழுதினால் என்ன என்ற எண்ணம் தோன்றி எழுத்துலகத்திற்குள் 70களின் பிற்பகுதியில் நுழைந்தார். ஒருவித சர்ரியலிச முறையில் எழுதிக் கொண்டிருக்கின்றார் என்ற விமர்சனத்தை உடைப்பதற்காய் முற்றுமுழுதான யதார்த்தப் பாணியிலான *'Norwegian Wood'*ஐ 80களின் பிற்பகுதியில் எழுதுகின்றார். கிட்டத்தட்ட மூன்று மில்லியனுக்கு மேலே ஜப்பானில் விற்பனையான நோர்வேஜியன் வூட்டின் பின், ஹருகி முரகாமி பலரால் தொடமுடியாத உச்சத்தை எழுத்தால் அடைகின்றார். ஜப்பானில் 90இன் நடுப்பகுதியில் சுரங்கப் புகையிரதப் பாதையில் நடைபெற்ற *Gas Attack* பற்றியும் விரிவாகக் கட்டுரைகளாக எழுதியிருக்கிறார். தனது நாவல் ஒரு போட்டியில் வெற்றிபெற்றதில் கிடைத்த பரிசுத் தொகையை ஜப்பானில் பூகம்பத்திற்குப் பாதிப்புற்ற மக்களுக்குப் பகிர்ந்தளித்திருக்கின்றார். அணுமின் நிலையங்களுக்கு எதிராகத் தீவிரமாகவும் பேசி வருகிறார்.

இஸ்ரேலுக்குச் சென்று பரிசொன்றைப் பெறும்போது. *"Each of us possesses a tangible living soul. The system has no such thing. We must not allow the system to exploit us"* என இஸ்ரேலின் இறுக்கமான அரசு இயந்திரத்தை விமர்சனம் செய்கின்றார். முரகாமி பொதுவெளியில் அவ்வளவு அதிகம் உலாவ விரும்பாது ஓர் எளிய வாழ்வுமுறையைத் தேர்ந்தெடுக்கின்றார். அதனால்தான் 'நோர்வேஜியன் வூட்' பெரும் வெற்றிபெற்று மிகவும் பிரபல்யம் அடைய, சிலவருடங்கள் ஐரோப்பா/அமெரிக்கா எனப் பல்வேறு நிலப்பரப்புகளில் தன்னை உருமறைத்துக்கொள்ளும் ஒரு வாழ்வுமுறையைத் தேர்ந்தெடுத்துக்கொண்டிருக்கின்றார். இந்த வயதிலும் தொலைதூர மாரத்தான் ஓட்டங்களுக்குத் தன்னைத் தளராது தயார்ப்படுத்துகிறார். அது குறித்தும் விரிவாக எழுதுகிறார். அதேவேளை, தான் மிக இளவயதில் திருமணம் செய்தது தான் தன் பெற்றோருக்கு அவ்வளவாகப் பிடிக்கவில்லை இப்போது இவ்வளவு பிரபல்யம் அடைந்த தன் பின்னராவது தன்னைத் தன் பெற்றோர்களால் விளங்கிக்கொள்ள முடிந்திருக்குமா எனக் கவலைப்படவும் செய்கிறார்.

Norwegian Wood

நோர்வேஜீயன் வூட்' கதையை எளிமையாகக் கூறுவதென்றால், பதின்மர்கள் மூவர் வளர்ந்தவர்களின் உலகினுள் நுழைகின்ற காலகட்டத்தை விவரிக்கின்ற கதையெனக் கூறிக்கொள்ளலாம். பதின்மர்களில் ஒருவரான டோருவே இக்கதையைச் சொல்லிச் செல்கிறார். பல்கலைக்க கழகத்தில் படித்துக்கொண்டிருக்கும் டோருவிற்கு உயர்கல்லூரிக் காலத்தில் கிஸூக்கி, நகாகோ என்னுமிரு நண்பர்கள் இருக்கின்றார்கள். கிஸூக்கியும் நகாகோவும் காதலர்கள். பதினேழு வயதில் கிஸூக்கி தற்கொலைசெய்துகொள்கின்றார். அதன் குற்றவுணர்ச்சியில் கதைசொல்லியான டோரு தமது ஊரைவிட்டுப் பெருநகரமான டோக்கியோவிற்குப் படிப்பதற்காய் இடம்பெயர்கிறார். அங்கே தற்செயலாய் கிஸூக்கியின் காதலியான நகாகோவைச் சந்திக்க டோருவிற்கு நகாகோவின் மீது காதல் வருகின்றது. ஆனால் டோருவைத் தன் காதலனாக ஏற்க நகாகோவினால் முடியவில்லை. ஏனெனில் அவரால் கடந்தகாலத்திலிருந்து வெளியே இன்னமும் வரமுடியவில்லை. ஒருநாள் நகாகோ தற்செயலாய் டோக்கியோவில் இருந்து மறைந்து போய்விடுகின்றார். சில மாதங்களுக்குப் பிறகு தானொரு மலைக்கிராமத்தில் மனநோயிற்கான உளவியல் சிகிச்சை பெற்று வருவதாக நகாகோ டோருவிற்குக் கடிதம் எழுதுகிறார்.

டோருவின் மீது பல்கலைக்கழகத்தில் படிக்கும் இன்னொரு பெண்ணுக்கு விருப்பமிருந்தாலும், நகாகோவின் மீதிருக்கும் காதலால் அக்காதலை மறுக்கின்றார். டோரு யாருடன் இறுதியில் சேர்கிறார்? நகாகோவை மலைக்கிராமத்தில் போய் டோரு சந்திக்கின்றாரா? டோரு எதிர்பாராமல் சந்திக்கும் வேறொரு பெண்மணி எப்படி டோருவின் வாழ்வைப் பாதிக்கின்றார் என்பதையெல்லாம் நாவலை வாசிப்போரின் சுவாரசியத்திற்காய் விட்டுவிடலாம்.

பெருநகரொன்றில் தனித்துப் போகும் ஒரு மனிதனின் அலைக்கழிப்பையும், கடந்தகாலத்தை முற்றாக உதற முடியாப் பெரும் பாரத்தையும் முரகாமி இந்நாவலில் மிகவும் ஆழமாக விவரித்திருப்பார். இது பதின்மர்களுக்கு மட்டும் பொருந்தக்கூடியதென்பதில்லை எம்மைப் போல தமது விருப்பமான நாடுகளையும் ஊர்களையும் பிரிந்துவந்த புலம்பெயர்ந்தவர்களுக்கும் இந்த அல்லாடல்கள் எளிதில் பொருந்தக்கூடியவையே. எத்தனையோ பெண்கள் காதலிப்பதற்கும், உறவுகொள்வதற்கும் இருக்கும்போது இறுதியில் தன்னைவிட 20 வயது முதிர்ந்த பெண்ணோடு டோரு உறவுகொள்கிறார். அந்தப் பெண், டோருவிற்கும் நகாகோவிற்கும் பிடித்தமான பீடில்ஸின் 'நோர்வேஜியன் வூட்' பாடலை அடிக்கடி இசைப்பவர்; ஆனால் அது மட்டும் அந்த உறவுக்கான காரணமாய் இருந்திருக்க முடியாது என்பதை இந்நாவலை வாசிக்கும்போது நாம் உணர்வோம்.

ஹருகி முரகாமி, தன் நாவல்களுக்கு வைக்கும் பெயர்கள் சுவாரசியம் மிகுந்ததாக இருக்கும். அநேகமாய்த் தன்னைப் பாதித்த பாடல்களினதோ அல்லது தான் வாசித்த நாவல்கள்/ படைப்பாளிகள் சம்பந்தப்பட்டதாகவோ தனது புத்தகங்களின் தலைப்புகளை வைத்துக்கொள்வார். முரகாமியின் நாவல்களில் சுவாரசியத்திற்குக் குறைவில்லாததுபோல, நகைச்சுவையும் வாசிக்கும் பக்கங்களில் தீர்ந்துபோய்விடாதிருக்கும். வாழ்வில் நாம் சந்திக்கும் எல்லாவற்றிற்கும் தெளிவான தீர்வுகள் இல்லை யென்பதைத் தன் நாவல்களில் உட்கிடக்கையாக முரகாமி வெளிப்படுத்தினாலும், தீர்ந்துவிடாக் கடல்போல வாழ்வு வியப்பாகவும் மர்மமாகவும் இன்னமும் இருந்துவருவதையும் கூடவே தன் எழுத்துக்களால் முரகாமி அடையாளங் காட்டி விடுகின்றார்.

Sputnik Sweetheart

"In dreams you don't need to make any distinctions between things. Not at all. Boundaries don't exist. So in dreams there are

hardly ever collisions. Even if there are, they don't hurt. Reality is different. Reality bites."

– *Haruki Murakami on Sputnik Sweetheart*

1

ஹருகி முரகாமியின் அநேக நாவல்கள் யதார்த்தத்திற்கும் மாயயதார்த்தத்திற்கும் இடையே மாறிமாறி நகர்ந்துகொண்டே இருப்பவை. அதே போன்று கதையில் வரும் ஆண் கதாபாத்திரங்கள் தனிமையில் இருந்தாலும் பெண்களின் அண்மைக்காகவும், பிற உடல்களின் கதகதப்பிற்காகவும் ஏங்கிக்கொண்டிருப்பவை. முரகாமியின் நாவல்களில் எப்படிப் பெண்கள் சடுதியாக அறிமுகப்படுத்தப்படுகின்றார்களோ, அவ்வாறே அவர்கள் பல்வேறு வகையான புதிர்களை வாசிப்பவர்களிடையே விட்டுவிட்டு மர்மமாய் மறைந்தும் போய்விடுகின்றார்கள். மேலும் இப்பெண்களோ அவர்களைப் பற்றி நாம் அறியாத பல இரகசியங்களைத் தங்களுக்கிடையே மறைத்து வைத்துக்கொண்டிருக்கின்றார்கள். எப்போதாவது தம்மிடமிருக்கும் இரகசியங்களின் முடிச்சுகளை இப்பெண்கள் அவிழ்த்துவிடுவார்கள் என்று எதிர்பார்த்துக்கொண்டிருந்தால் சிலவேளைகளில் 'Sputnik Sweetheart'இல் வரும் சுமரிபோல என்றென்றைக்குமாய்ப் 'புகையைப் போல மறைந்தும்' போய் விடுகின்றார்கள்.

'Sputnik Sweetheart' என்கின்ற இந்நாவலில் 'கே' எனப்படும் ஒரு பாத்திரத்தால் கதை சொல்லப்படுகின்றது. 'கே' இப்போது சிறுவர்களுக்கான பள்ளியில் ஆசிரியராக இருக்கின்றார். அவருக்குத் தன் கல்லூரிக்காலத் தோழியான சுமரிமீது காதல் உள்ளது. ஆனால் சுமரிக்கோ தன்னைவிட பதினேழு வயது மூத்த மியூ என்கின்ற பெண்மணிமீது ஈர்ப்பு இருக்கிறது. சுமரி தன் கல்லூரி இறுதிக்காலங்களில் படிப்பை நிறுத்திவிட்டு, ஒரு நாவலாசிரியராக வருவதற்குக் கடுமையாக முயன்று கொண்டிருக்கின்றார்.

மியூ, சுமரியை ஒரு திருமணவிழாவில் முதன்முதலாகச் சந்திக்கின்றார். மியூ மேற்கு நாடுகளிலிருந்து ஜப்பானுக்கு வைன் இறக்குமதி செய்யும் தொழிலைச் செய்கின்றவர். அதன் நிமித்தம் வெவ்வேறு நாடுகளுக்குப் பயணிப்பவர். சுமரிக்கு இத்தாலியும், ஆங்கிலமும் பேசமுடிவதால் மியூ தனது உதவியாளராக அவரைச் சேரக் கேட்கின்றார். தன் நாவலாசிரியராகும் கனவு கலைந்துவிடக்கூடாது என்று சுமரி

நினைத்தாலும், மியூவின் மீதிருக்கும் காதலால் உதவியாளராகச் சேர்ந்துகொள்கின்றார்.

2

ஒருநாள் 'கே'யிற்கு வெளிநாடொன்றிலிருந்து கடிதம் வருகின்றது. அது சுமரி எழுதிய கடிதம். மியூ ஐரோப்பியா விற்குப் பயணம் செய்கின்றபோது சுமரியையும் உதவிக்காய் அழைத்துச் சென்றிருக்கின்றார். வியாபார நிமித்தமாய்ப் பல நாடுகளுக்குப் பயணிக்கும் மியூவும் சுமரியும் கிறீக்கிலுள்ள ஒரு தீவில் சில நாட்கள் ஒய்வெடுக்கச் செல்கின்றனர். அவ்வாறு ஓய்வில் இருந்தபோதுதான் சுமரி சட்டென்று 'புகையைப் போல மறைந்து' விடுகின்றார்.

சுமரி காணாமற் போனதைத் தொடர்ந்து மியூ, இக்கதையைக் கூறும் 'கே'யைத் தொலைபேசியில் அழைத்து அத்தீவிற்கு வரச் சொல்கின்றார். சுமரி ஏன் அப்படிச் சடுதியாய்க் காணாமற் போனார், மீளவும் கண்டுபிடிக்கப்பட்டாரா, அல்லது அநேக முரகாமியின் நாவல்களில் வருவதுபோல மீண்டும் நாவலிற்குள் வராது தொலைந்துபோகின்றாரா என்பதையறிய நாவலின் இரண்டாம் பாகத்திற்குள் நாம் நுழைந்தாக வேண்டும்.

சுமரியைக் கண்டுபிடிக்க கிறீக் தீவுக்குப் போகும் கே, சுமரி எழுதிவைத்திருக்கும் இரண்டு ஆவணங்களைக் கணினியில் கண்டுபிடிக்கின்றார். அதில் ஓர் ஆவணம், மியூ சுமரியுடன் இருந்தபோது பகிர்ந்துகொண்ட கதையைப் பற்றிக் கூறுகின்றது. பியானோ இசையில் இளவயதில் மிகுந்த ஆர்வத்தில் இருந்த மியூ பிரான்சிற்கு பியானோவில் சிறப்புத் தேர்ச்சிபெறுவதற்காய்ச் செல்கிறார். அப்போது சுவிஸின் மலைக்கிராமத்தில் நடக்கும் இசை நிகழ்விற்காய் ஒருவாரம் தங்கி நிற்கின்றார். அந்தப் பொழுதில் நடுத்தர வயதுள்ள ஸ்பானிய மனிதர் ஒருவர் அங்கே அறிமுகமாகின்றார். தொடர்ச்சியாக மியூவைப் பின்தொடரும் அந்த ஸ்பானியர் தன்னை உடல்சார்ந்த தேவைக்காய்ப் பாவிக்க விரும்புகின்றார் என மியூ சந்தேகிக்கின்றார்.

ஒருநாள் மியூ, தான் தங்கியிருக்கும் விடுதியிற்கு எதிரே யிருக்கும் இராட்டினத்தில் இரவில் சவாரி செய்யும்போது, அவரை அந்தரத்தில் மேலேயே விட்டுவிட்டு கீழே இராட்டினத்தை இயக்கும் மனிதர் போய்விடுகின்றார். மியூ 'உதவி, உதவி' என அழைத்தும் எவரும் வராதபோது இரவை அந்த இராட்டினத்திலேயே கழிக்கவேண்டிய நிலை ஏற்படுகிறது. அடுத்து என்ன செய்வதென்று தெரியாது பொழுது

போக்குவதற்காய் எதிரேயிருக்கும் விடுதியில் இருக்கும் தனது அறையை மியூ வேடிக்கை பார்க்கத் தொடங்குகின்றார்.

மியூவின் அறையில் இப்போது அவருக்கு அறிமுகமான ஸ்பானிய மனிதர் ஆடைகளின்றி நிர்வாணமாய் நடமாடுவது மியூவிற்கு – இராட்டினத்திலிருந்து பார்க்கும்போது – தெரிகிறது. இன்னும் சற்று நேரத்தில் நிர்வாண மனிதர் ஒரு பெண்ணின் ஆடைகளை அகற்றுவதும் அப்பெண்ணோடு உடலுறவு கொள்வதும் தெரிகிறது. யாரந்தப் பெண்ணென அடையாளங் காண மியூ முயலும்போது, அந்தப் பெண்ணின் சாயல் மியூவை ஒத்ததாக இருக்கின்றது.

இராட்டினத்தில் இரவில் சிக்கிய மியூவை, அடுத்த நாள் காலையில் அங்கே வேலை செய்பவர் – மயக்கமுற்ற நிலையில் – காப்பாற்றுகிறார். வைத்தியசாலையில் வைத்துத் தன்னை விசாரிக்கும் பொலிசிடம், மியூ தனக்கு 25 வயது என்கின்றபோது அவர்கள் வியந்து தங்களுக்குள் பேசிக்கொள்வது தெரிகிறது. மியூ கண்ணாடியில் தன் முகத்தைப் பார்க்கும்போது அவரது தலைமயிர் முற்றிலுமாக வெள்ளை நிறத்தில் நரைத்துப் போயிருப்பது அவருக்கு அதிர்ச்சியாக இருக்கின்றது. ஒரேயொரு இரவில் மியூவின் தலைமயிர் முழுதும் நரைத்து வெள்ளை நிறத்திற்கு மாறியிருக்கின்றது. அன்றைய நாளோடு மியூ தன்னில் ஒரு பகுதி மறைந்துவிட்டதென சுமரியிடம் கூறுகின்றார். அதன்பின், "நான் இரண்டாகப் பிரிந்துவிட்டேன், இப்போது கூட என்னுடைய எந்தப் பகுதி நிஜ உலகில் இருக்கிறது என்பது குழப்பமாகவே இருக்கிறது," என்கின்றார்.

இதை கே, மியூவிற்குத் தெரியாது, சுமரி எழுதிவைத்த ஆவணத்திலிருந்து இரகசியமாய் வாசிக்கின்றார். அடுத்த நாள் கேயிற்கு, சுமரி காணாமற் போன நாளின் முதல் இரவில் நடந்த சில விடயங்களை மியூ கூறுகின்றார். அது இன்னும் மர்மத்தைப் பெருக்குவதாய் இருக்கின்றது. இந்நாவல் தொடங்குவதற்கு முன் 'ஸ்புட்னிக்' பற்றி ஒரு குறிப்பு வருகின்றது. ரஷ்யா ஸ்புட்னிக் விண்கலத்தை வான்வெளிக்கு அனுப்பிய போது, கூடவே சேர்த்து அனுப்பப்பட்ட லைக்கா என்ற நாயைப் பற்றிய குறிப்பது. அந்த நாய் இறுதியில் மனிதர்களின் புதிய கண்டுபிடிப்பிற்காய் வான்வெளியில் தொலைந்து போய்விட்ட ஓர் உயிரினமாகப் பலி கொடுக்கப்பட்டதெனக் குறிப்பிடுகின்றது. சுமரியும் மியூ என்கின்ற விண்கலத்தோடு சேர்ந்து ஐரோப்பாவிற்குப் போய், இறுதியிற் காணாமற்போன லைக்கா நாய் போலவே கிறீக் தீவிலிருந்து மறைந்து போய்விடுகின்றார்.

Killing Commendatore

1

இந்நாவலின் முக்கியப் பாத்திரம் ஓர் ஓவியன். அவன் தனது மனைவியை விட்டுப் பிரிந்து, பெருநகரத்திலிருந்து மலைப்பாங்கான பிரதேசத்துக்கு வருவதோடு இந்த நாவல் தொடங்குகின்றது. அந்த ஓவியன் அம்மலைநகரத்திலிருந்து கமிஷனுக்காய்ப் பிறரைப் பார்த்து ஓவியங்களை வரைந்து கொடுக்கின்றான். அவன் தங்கியிருக்கும் வீடு ஒரு பிரபல்யம் வாய்ந்த ஓவியரின் வீடு. அந்த ஓவியர் இப்போது தன் வாழ்வின் அந்திமக் காலத்தில் ஒரு நேர்ஸிங் ஹோமில் வசித்துக் கொண்டிருக்கின்றார்.

வழமைக்கு மாறாக நள்ளிரவில் இந்த மலை நகரத்தில், ஒரு குறிப்பிட்ட நேரத்தில் தினமும் மணியொலிக்கத் தொடங்குகின்றது. அந்தச் சத்தம் எங்கிருந்து வருகின்றது எனத் தேடும் இந்தக் கதைசொல்லி, ஒரு மறைக்கப்பட்ட ஓவியத்தை வீட்டின் இருண்ட பகுதிக்குள் கண்டுபிடிக்கின்றார். அதற்கான பெயரே *Killing Commendatore.* இருந்தும் தொடர்ந்து மணிச்சத்தம் கேட்க, அயலிருப்பவரின் உதவியுடன் ஓர் இடத்தை அகழ்ந்து பார்க்க, அங்கே வித்தியாசமான விடயங்கள் வெளிவரத் தொடங்குகின்றன. ஒரு காலத்தில் புத்த பிக்குகள் தியானம் செய்த இடமாகவும், தியானத்தின்போதே அவர்கள் உயிரைவிட்ட இடமாகவும் தோண்டிய அந்த இடம் இருக்கின்றது. இப்போது நடக்கும் பல்வேறு மர்ம நிகழ்வு களுக்கு மறைத்துவைக்கப்பட்ட ஓவியமும் அகழ்புவாராய்ந்த இடமும் காரணங்களாக ஆகின்றன. அந்த மர்மங்களின் முடிச்சுகளில் சிலதை அவிழ்த்துப் பிறதை அவிழ்க்காமலும், வாசிக்கும் நமக்குக் காட்டுகின்றார் முரகாமி.

மறைக்கப்பட்ட ஓவியத்திலிருந்து கதை ஐரோப்பாவுக்கு நகர்கின்றது. அந்த ஓவியத்தை வரைந்த பிரபல்யம் வாய்ந்த ஓவியரான *Tomohiko Amanda* இன் வாழ்வு பின்தொடரப் படுகின்றது. அமெண்டா ஓவியராக ஆஸ்திரியாவில் கல்வி கற்றுக் கொள்ளும்போது இரண்டாம் உலக மகாயுத்தம் நிகழத் தொடங்குகின்றது. அவரின் காதலியான பெண், நாஸிகளுக்கு எதிரான இயக்கத்தில் இருக்கின்றார். ஆனால் அந்தப் பெண்ணும், அவர் சார்ந்த மாணவர் இயக்கத்தினரும் நாஸிகளால் கண்டுபிடிக்கப்பட்டு மோசமாகச் சித்திரவதை செய்யப்பட்டுக் கொல்லப்படுகின்றனர். அதிர்ஷ்டவசமாக அமெண்டா சில வருடச் சிறைத்தண்டனையுடன்

அன்றைய ஜேர்மனிக்கு, ஜப்பானுடன் இருந்த நட்புறவால் உயிர்தப்புகின்றார்.

இதே காலகட்டத்தில் அமெண்டாவின் சகோதரர் கட்டாயமாக ஜப்பானிய இராணுவத்தில் சேர்க்கப்படுகின்றார். ஜப்பான் சீனாவை ஆக்கிரமிப்புச் செய்யும்போது, ஜப்பானியர்கள் சீனர்களைச் செய்யும் படுகொலைகளுக்குச் சாட்சியமாக அவர் இருக்கின்றார். அதன் விளைவாக, ஒரு பியானோ இசைஞனான அமெண்டாவின் சகோதரர் தன் கைவிரல்களை ஒவ்வொன்றாக வெட்டிவிட்டு யுத்தத்தின் முடிவில் தற்கொலை செய்துகொள்கின்றார்.

2

இவ்வாறு யுத்தத்தின் நிமித்தம் தனது காதலியையும், சகோதரனையும் பலிகொடுத்த அமெண்டா, இந்தச் சம்பவங்களின் பின் எதையும் தன் குடும்பத்தோடோ நண்பர்களோடோ பகிராமல் தனக்குள்ளேயே எல்லா வற்றையும் மூடிவைத்துக்கொள்கின்றார். ஆனால் அவர் பேசவிரும்பும் விடயத்தை / வாதையை ஓர் ஓவியமாக வரைந்து யாருக்கும் தெரியாமல் மறைத்துவைத்திருக்கின்றார். அந்த ஓவியத்தையும், அடைக்கப்பட்ட குரல்களையும்தான் நமது கதைசொல்லியான இந்த இளைய ஓவியன் கண்டுபிடிக்கின்றான்.

இப்போது 'வரலாற்றுப் பிசாசுகள்' அவிழ்க்கப்பட்டு விட்டன. அவை நிகழ்காலத்தில் இருக்கும் மனிதர்கள்மீது தமது நிழல்களைக் கவிழ்க்கின்றன. அதனால் பல்வேறு மனிதர்கள் பாதிக்கப்படுகின்றார்கள். அமெண்டாவின் ஓவியத்திலிருக்கும் கடந்தகாலப் பாத்திரங்கள் உயிருடன் நடமாடத் தொடங்குகின்றன. அவை சிலது நல்லவையாகவும், சில தம்மைப் பலிகொடுத்தும் பிறருக்கு உதவுவதாகவும், சில இன்னும் பழிவாங்கும் தன்மையோடும் இருக்கின்றன.

கதைசொல்லியான இந்த ஓவியன் வழமையாக வரும் முரகாமியின் ஒரு தனிமைப்பட்ட பாத்திரம். தனக்கான உணவைத் தயாரித்து, பூனைகளோடு வாழ்ந்து, நாளாந்த வாழ்க்கையிலிருந்து விலத்தி பிறரோடு அவ்வளவு ஒட்டாத ஓர் உயிரி. ஆனால் அந்தத் தனிமைப்பட்ட உயிரிக்குக்கூட ஏதேதோ விடயங்கள் நடந்து வாழ்க்கை சுவாரசியமாகி விடுகின்றது. மலைநகரத்தில் இருக்கும் காலத்தில் கதைசொல்லிக்கு ஒரு பதின்மூன்று வயதுச்சிறுமியுடன் நட்பு முகிழ்கின்றது. அந்தச் சிறுமியில் 12 வயதில் இறந்துபோன தன் தங்கையை இந்த 36 வயதான கதைசொல்லி காண்கின்றார். பிறர் எவருக்கும் தென்படாத அமெண்டாவின் ஓவியப்

பாத்திரங்கள் கதைசொல்லிக்கும், இந்தச் சிறுமிக்கும் மட்டுமே தென்படுகின்றன.

சிறுமியின் வீட்டைக் கண்காணிக்கும் ஒரு பணக்காரப் புதிரான பாத்திரத்தில் இன்னொரு கதாபாத்திரம் வருகின்றது. இந்தச் சிறுமியின் தாயார் இப்போது இறந்துவிட்டாலும், இந்தச் சிறுமியின் தாயோடு அந்தப் பணக்கார ஆணுக்கு ஒருகாலத்தில் தொடர்பிருக்கின்றது. அந்தச் சிறுமி தனது மகள்தானென இந்தச் சிறுமியைத் தொடர்ந்து கண்காணித்தபடி அந்தப் பணக்காரர் இருக்கின்றார். இந்தச் சிறுமி அந்தப் பணக்கார ஆணின் மகள்தான் என்று வாசிக்கும் நமக்கு ஓரளவு புரிகின்றது.

ஓவியரான கதைசொல்லி, ஒரு கசப்பான உண்மையைத் தனது வாழ்வில் வேறுவிதமாய் எதிர்கொள்கின்றார். அவரின் மனைவிக்கு இன்னொரு ஆணுடன் உறவுவந்துவிட்டதென்று தெரிந்ததும் பிரிகின்றார். இவரது மனைவிக்கு விவாகரத்துக்கான பத்திரங்களை அனுப்பிவிட்டபோதும், சட்டென்று தனது மனைவியோடு சேர்ந்து வாழ்ந்தால் என்ன, இதற்காய்க் கதைத்துப் பார்த்தால் என்ன என்றும் யோசிக்கின்றார். ஆனால் இப்போது அவரது மனைவி கர்ப்பமாகிவிட்டார். இந்தக் கதைசொல்லியாலா அல்லது இவரது மனைவி சந்தித்த புதிய ஆணாலா அவர் கர்ப்பமானார் என்ற குழப்பம் இருந்தாலும், குழப்பத்தோடுகூட வாழலாம் என்று ஒரு வழியை இந்த நாவல் இறுதியில் கண்டடைகின்றது.

3

நாவலின் ஓரிடத்தில் கதைசொல்லியின் நண்பன் பெண்கள் பற்றித் தான் கண்டுபிடித்த ஓர் ஆய்வைச் சொல்வார். எந்த ஒரு பெண்ணினதும் முகத்தின் அரைவாசிப்பக்கமும் மற்ற அரைவாசிப்பக்கத்தோடு ஒத்துவருவதில்லை என்று உறுதியாகச் சொல்கின்றார். அதாவது பெண்ணின் முகம், ஒரு அரைவாசி முகத்தில் இருந்து அந்த அரைவாசிக்கு ஏற்றமாதிரி இன்னொரு முகத்துடன் ஒத்துவருமே தவிர, அவர்களின் முகத்தில் இருக்கும் மற்றபக்கம் ஒருபோதும் ஒத்துவருவதில்லை என்று சொல்கின்றார்.

அதற்காய் அவர் பல பெண்களின் முகத்தைக் கணினியில் வெட்டி ஒட்டியெல்லாம் பரீட்சித்துப் பார்க்கின்றார். ஆக எப்போதும் பெண்கள் இரண்டு முகங்களோடு நடமாடிக் கொண்டிருக்கின்றனர் என்கின்றார். ஒரு பக்கம் அழகான தென்றால், இன்னொருபக்கம் அப்பாவியாக இருக்கின்றது

என்கின்றார். இதில் எப்போது தனக்குச் சிக்கல் வருகின்றதென்றால், ஒரு பெண்ணோடு முயங்கும்போது, அவளின் மற்றபக்கம் தன்னை உற்றுநோக்குகின்றது என்றும், அது தனக்கு மிகவும் கஷ்டமாகவும் சிக்கலாகவும் இருக்கின்றது என்றும் நண்பர் சொல்கின்றார். இது பெண்களின் பிரச்சினையல்ல, உங்களின் மனோவியல் பிரச்சினை, இதற்கு ஆலோசனைதான் பெற வேண்டுமெனக் கதைசொல்லி சொல்கின்றார்."இல்லை, நான் எல்லோரையும் போல் சாதாரணமாக இருக்கின்றேன்" என்கின்றார் அந்த நண்பர். இப்படி நாம் சாதாரணமாக இருக்கின்றோம் என்று நம்புகின்றவர்கள்தான் மிகவும் பிரச்சினைக்குரியவர்கள் என்று *Scott Fitzgerald* எழுதியிருக்கின்றார் எனச் சிரித்தபடி கதைசொல்லி சொல்கின்றார்.

ஒருவகையில் இந்த நாவலில் எல்லோரும் சாதாரணமாக இருக்கின்றார்கள் போலத்தான் வெளிப்பார்வைக்குத் தெரிகின்றார்கள். உண்மையில் அவர்கள் சாதாரணமாகத்தான் இருக்கின்றார்களா இல்லையா என்று பல்வேறு சம்பவங்களினூடாகக் காட்டப்படுகின்றது. மேலும் கடந்தகாலத்தின் உளவியல் வடுக்களிலிருந்து அவ்வளவு எளிதாகக் கடந்துவந்து விடமுடியுமா என்றும் இந்த நாவல் நம்மைக் கேள்வி கேட்க வைக்கின்றது. காஃப்காவின் எழுத்துக்களினூடாகப் பின்னர் *Kafkaesque* பிரபல்யமானதுபோல முரகாமியின் எழுத்துக்களிலிருந்தும் அவருக்கான தனித்துவமான பாணியைச் சிலாகிக்கும் காலம் எதிர்காலத்தில் வரும்போலத்தான் தோன்றுகின்றது.

இருளின் பின் (After Dark)

1

ஹருகி முரகாமியின் 'இருளின் பின்' *(After Dark)*, ஒரு நாளின் நள்ளிரவிலிருந்து அடுத்தநாள் விடியும் வரை நடக்கும் நிகழ்வுகளைக் கொண்ட ஒரு நாவலாகும். இந்நாவலில் அறிமுகப்படுத்தப்படும் எல்லாக் கதாபாத்திரங்களும் தாம் அறிந்தோ அறியாமலோ இன்னொரு பாத்திரத்தை/நிகழ்வைப் பாதிக்கின்றவர்களாய் இருக்கின்றார்கள். இக்கதையில் மேரி, எரி என்கின்ற இரு சகோதரிகளைச் சுற்றியே கதை நிகழ்கின்றது. மேரி என்கின்ற 19 வயது இளைய சகோதரி, டோக்கியோவின் களியாட்டப் பகுதியுள்ள ஓர் உணவகத்தில் யாருக்காகவோ/எதற்காகவோ காத்திருப்பதுடன் தொடங்கும் கதை, இறுதியில் மேரி அடுத்தநாள் காலை தன் வீட்டுக்குத் திரும்புவதுடன் முடிவடைகிறது. இந்த இடைவெளியில் அவர் சந்திக்கும்

மனிதர்களும் அப்போது நிகழும் சம்பவங்களும் மிகுந்த சுவாரசியமாக இந்நாவலில் விவரிக்கப்படுகின்றது.

மேரிக்கு எரி என்கின்ற மூத்த சகோதரி ஒருவர் இருக்கின்றார். அவரைப் போன்று தான் மிகுந்த அழகில்லை என்கின்ற எண்ணமும் மேரிக்கு இருக்கின்றது. தமக்கை வசதியான ஜப்பானியர்கள் படிக்கும் கல்லூரிக்குக் கற்கப்போக, அங்கே கற்பது பிடிக்காத மேரி சீனக் குடிவரவாளர்கள் நிரம்பியிருக்கும் பகுதியிலுள்ள ஒரு சீனக்கல்லூரிக்குப் படிக்கப் போகின்றார். அழகான எரி தன் இளம்வயதிலேயே பதின்மர்களுக்கான சஞ்சிகைகளில் மாடலிங் செய்பவராக, ரியாலிட்டி ரீவிக்களின் நிகழ்ச்சிகளில் பங்கேற்பவராகப் புகழ்பெற்றுவிடுகின்றார். சீனப் பள்ளிக்குப் போகும் மேரி சீனமொழியில் பேசுவதில் வல்லவராய் இருப்பதுடன், தன் தமக்கைக்கு நேரெதிரான குணங்களுடையவராகவும் இருக்கிறார்.

தனது வீட்டைவிட்டு ஓடிவந்திருக்கின்றாரா அல்லது யாரையாவது சந்திக்க வந்திருக்கின்றாரா என்கின்ற எவ்விதத் தெளிவும் இல்லாது, கஃபேயில் ஆறுதலாகப் புத்தகம் வாசித்துக் கொண்டிருக்கும் ஒருவராக மேரி, ஹருகி முரகாமியால் வாசகர்களுக்கு அறிமுகப்படுத்தப்படுகின்றார். அங்கே தற்செயலாய் ஒரு இளைஞனை மேரி சந்திக்கின்றார். அவன் மேரியின் சகோதரியான எரியை அறிந்தவன். மேலும் மேரியையும், எரியோடு சேர்த்துச் சிலவருடங்களுக்கு முன் நேரடியாகச் சந்தித்துமிருக்கின்றான். ஆனால் மேரிக்கு இந்த இளைஞனை அவ்வளவு ஞாபகம் இல்லை. இளைஞன் மேரியோடு பேசுவதில் ஆவலாக இருப்பவனாயிருப்பினும் மேரிக்கு அவனோடு அளவளாவுவதில் அவ்வளவு விருப்ப மில்லை. இளைஞன், எரி இப்போது எப்படியிருக்கின்றார் எனக் கேட்கிறார். மேரி, தன் சகோதரி நீண்ட உறக்கத்தில் இரண்டு மாதங்களாய் இருக்கின்றார் என்கின்றார். இதைக் கேட்கும் அந்த இளைஞனுக்கு மட்டுமில்லை, வாசிக்கும் நமக்கும் எப்படி ஒருவர் இரண்டு மாதங்களாய் – கோமாவும் இல்லாமல் – நீண்ட உறக்கத்திலிருக்க முடியும் என்ற வியப்பு ஏற்படுகிறது.

இப்போது கதை மூத்த சகோதரியான எரியை நோக்கித் திரும்புகின்றது. அவர் மேரி கூறியதைப் போலவே நீண்ட தூக்கத்திலேயே இருக்கின்றார். வாசிக்கும் எம்மை நகரும் வீடியோக் கமராவைப் போல எரியை அவதானிக்கும்படி முரகாமி அழைத்துச் செல்கின்றார். எரியுடன் அவரைப்

பார்த்துக்கொண்டிருக்கும் ஒரு மனிதனும் அறிமுகப்படுத்தப் படுகின்றான். அவனுக்கு வாசிக்கும் எங்கள் வசதிக்காய் 'முகமில்லாத மனிதன்' (The man without face) என ஒரு பெயரை முரகாமி தருகின்றார். ஏன் எரி இப்படி நீண்ட தூக்கத்தில் இருக்கின்றார்? யார் அந்த 'முகமில்லாத மனிதன்'? நாவல் முடியும்வரை அவை சுவாரசியமான புதிர்களாய் அவிழ்க்கப்ப படாமல் இருக்கின்றன.

இப்போது மீண்டும் கதை, கஃபேயிலிருக்கும் மேரியை நோக்கித் திரும்பத் தொடங்குகின்றது. வந்த இளைஞன், தான் தன் நண்பர்களுடன் இந்நள்ளிரவு முழுக்க இசை நிகழ்வுக்காய்ப் பயிற்சி எடுக்கப்போகின்றேன் எனவும் பயிற்சியின்போது இன்னொரு இடைவெளி எடுக்கும்போது மேரி கஃபேயிலிருந்தால் வந்து தான் சந்திப்பதாகவும் கூறி விடைபெறுகின்றான். நேரம் நள்ளிரவைத் தாண்டி விட்டது. நகரிலிருந்து புறப்படும் கடைசி ரயிலும் போய்விட்டது. இனி விடிகாலைவரை மேரி தன் வீட்டுக்குத் திரும்ப முடியாது என்பதும் அந்த இளைஞனுக்குத் தெரியும்.

மேரி இப்போது ஏற்கெனவே தான் வாசித்துக் கொண்டிருக்கும் புத்தகத்தில் ஆழ்ந்துவிடுகின்றார். அப்போது அசாதாரண உயரமும் எடையும்கொண்ட ஒரு பெண்மணி மேரியைத் தேடி அந்தக் கஃபேயிற்கு வருகின்றார். மேரியிடம், "நான் ஒரு சிக்கலில் மாட்டிக்கொண்டிருக்கின்றேன், உனக்குச் சீனமொழி பேசமுடியுமென உன்னை ஏற்கெனவே சந்தித்துச் சென்ற இளைஞன் கூறியிருக்கின்றான். உன்னால் எனக்கொரு மொழிபெயர்ப்பாளராக இருந்து உதவமுடியுமா?" எனக் கேட்கின்றார். இதற்குமுன் அறிமுகமேயில்லாத பெண்ணோடு மொழிபெயர்ப்பாளராகச் செல்வதா அல்லது வேண்டாமா என மேரி முதலில் யோசித்தாலும் ஹரோக்கி என்கின்ற அப்பெண்மணியோடு அவர் நிர்வகிக்கும் லவ் ஹோட்டலுக்குச் செல்கின்றார்.

சீனப் பெண்ணான ஹரோக்கி, போகும் வழியில் தான் ஒரு மல்யுத்த வீராங்கனையாக (Wrestler) இருந்ததாகவும் போட்டிகளுக்காய்ப் பலநாடுகளுக்குச் சென்றதாகவும், ஒரு நிகழ்வில் தன் முள்ளந்தண்டு பாதிக்கப்பட்டதிலிருந்து போட்டிகளில் தொடர்ந்து பங்குபெறமுடியாமல் போய்விட்டது என்றும் கூறுகின்றார். இப்போது வருமானம் ஏதுமில்லாமல், இந்த லவ் ஹோட்டலை நிர்வகிப்பவராக வேலை செய்வ தாகவும் கூறுகின்றார் ஹரோக்கி. மேலும், 'இந்நகரில் நள்ளிரவில் என்ன செய்துகொண்டிருக்கின்றாய்?' என

எழுத்தென்னும் மாயக்கம்பளம்

மேரியிடமும் கேட்கின்றார். மேரி மௌனமாய் இருப்பதைப் பார்த்து, 'உன்னைப் போன்றே பதின்மங்களைத் தாண்டியே நானும் வந்திருக்கின்றேன். உன்னைப் போன்ற பெண்கள் இக்களியாட்டப் பிரதேசங்களுக்கு நள்ளிரவுகளில் வரக்கூடாது. எதுவும் நடக்கலாம். பகலில் பார்க்கும் இடம்போல இது இரவில் இருப்பதில்லை. இரவில் இத்தகைய இடங்கள் இன்னொரு முகமூடியை அணிந்து கொள்கின்றன' என்கிறார் ஹரோக்கி. மேலும் தான் நிர்வகிக்கும் லவ் ஹோட்டல்களில் அநேகமாய் இரவைக் கழிக்க இணைகளும் பாலியல் தொழிலாளர்களுமே வருவார்கள் எனவும் கூறுகின்றார்.

2

லவ் ஹோட்டலின் நான்காம் மாடியில், சீனமொழி மட்டும் பேசக்கூடிய பெண் அடிவாங்கி இரத்தக் காயங்களோடு மூலையில் ஒடுங்கிக்கிடக்கிறார். மேரி, தான் பொலிஸின் ஆளில்லை, தன்னை நம்பிக் கதைக்கலாம் என்கின்றபோதும் முதலில் அந்தச் சீனப் பெண் தயங்குகின்றார். இறுதியில் அந்தப்பெண் தான் இந்த நிலைக்கு வந்த நிலைமை பற்றிக் கூறுகின்றார். பாலியல் தொழில் செய்வதற்கென ஜப்பானில் இயங்கும் ஒரு சீனக்குழுவால் அவர் ஜப்பானுக்குக் கள்ளமாக வரவழைக்கப்பட்டிருக்கின்றார். அந்தப் பெண்ணுக்கும் மேரியின் வயதே இருப்பதால் மேரிக்கும் அவர்மீது ஒருவிதப் பரிவு வருகிறது.

அன்று வாடிக்கையாளரோடு வந்த இப்பெண்ணுக்கு மாதாந்தர உதிரப் பெருக்கு ஏற்பட்டுவிட, வாடிக்கையாளரான ஆண் கோபத்தில் இவரைத் தாக்கிவிட்டு இவரது உடைகள் உட்பட அனைத்து உடைமைகளையும் எடுத்துக்கொண்டு போய்விடுகின்றார். உடைகளை எடுத்துச் சென்றது – இந்த வன்முறையை – உடனேயே வேறு யாருக்கும் தெரிவித்து எவரும் வந்துவிடக் கூடாது என்கின்ற முற்பாதுகாப்பிற்காகவே ஆகும். ஆடைகளில்லாவிடின் உடனேயே வெளியே ஓடிப் போய் இப்பெண் எவரிடமும் உதவியைக் கேட்க முடியாது.

இறுதியில் அப்பெண்ணுக்கு மாற்றுடை கொடுத்து, அவர் யாருடைய கட்டுப்பாட்டில் இருக்கின்றாரோ அந்தச் சீனக்குழு வுக்கும் செய்தி கொடுக்கப்பட, அப்பெண்ணை அந்தக்குழு பொறுப்பெடுத்துக்கொள்கின்றது. தனது ஹோட்டல் அறைக்கு உரியபணம் தராததற்கு மட்டுமின்றி, ஒரு பெண்ணின் மீது மூர்க்கத்தனமாய்த் தாக்குதல் நடத்தியதற்குமாய் அந்த வாடிக்கையாளர் தண்டிக்கப்பட வேண்டுமென வீறாப்பில்,

ஹரோக்கி பாதுகாப்புக் கமராக்களைப் பின்னோக்கிச் சுழற்றி அந்த வாடிக்கையாளரைக் கண்டுபிடித்துப் படத்தைப் பிரதியெடுத்தும் கொள்கின்றார். மேலும் சீனக்குழுவைத் தொலைபேசியில் அழைத்து அந்த வாடிக்கையாளர் தண்டிக்கப் பட வேண்டுமென்பதற்காய் அந்தப் புகைப்படத்தையும் அவர்களிடம் ஹரோக்கி கொடுத்து விடுகின்றார்.

இதற்கிடையில் மேரியைக் கொண்டுபோய் கஃபேயில் மீண்டும் விட்டுவிடும் ஹரோக்கி, இரவில் தங்குவதற்கு ஓரிடம் வேண்டுமென்றால் தன் ஹோட்டலுக்கு எந்தநேரமும் வரலாம் என்கின்ற அழைப்பையும் விட்டுச் செல்கின்றார். மீண்டும் தேநீரும் பாடலும் புத்தகம் வாசிப்பதுமாய் மேரி இருக்க, இசைப் பயிற்சிக்குப் பின்பான இடைவேளையில் முதலில் மேரியைச் சந்தித்த அந்த இளைஞன் வருகின்றான். அவன், தான் இனி இசைக்குழுவை விட்டு முற்றுமுழுதாக விலகி, விரைவில் சட்டம் படிக்கப் போவதாய்க் கூறுகின்றான். அதைத் தேர்ந்தெடுத்ததற்கான காரணங்களையும் தன் எதிர்காலக் கனவுகளையும் மேரியுடன் பகிர்கிறான். மேரி முதற் சந்திப்பைப் போலவன்றி, இப்போது அவனோடு அளவளாவத் தொடங்குகின்றார். அப்போதுதான், அவன் மேரியின் சகோதரியான எரி ஒருநாள் தன்னோடு சில தனிப் பட்ட விடயங்களைப் பகிர்ந்தாள் என்கின்ற விடயத்தைக் கூறுகின்றான். அத்துடன் அவள் நிறைய போதை மாத்திரை களையும் எடுத்துக் கொண்டிருக்கின்றாள் என்பதையும் தெரிவிக்கின்றான். மேரிக்குத் தன் சகோதரி எளிதில் வெளிவரமுடியாத பெரும் சிக்கலில் மாட்டியிருப்பது விளங்குகின்றது.

3

கதை இப்போது சீனப்பெண்ணை மூர்க்கமாய்த் தாக்கிய வாடிக்கையாளனைச் சுற்றி நகரத் தொடங்குகின்றது. அவனொரு மென்பொருள் நிறுவனத்தில் வேலை செய்கின்றான். அதிகமாய் இரவில் தன் வேலைத்தளத்தில் தங்கி நெடுநேரம் வேலை செய்யும் ஒருவனாக இருக்கின்றான். அன்றும் தனக்குக் கிடைத்த இடைவெளியில்தான் சீனப்பெண்ணைக் கூட்டிக்கொண்டு லவ் ஹோட்டலுக்குப் போயிருக்கின்றான். மீண்டும் தன் வேலைத்தளத்திற்கு வரும் அவன் நிதானமாக வேலையை முடித்து, யோகா செய்து சவரம்செய்து வீட்டுக்குப் புறப்படுகின்றான். போகும் வழியில் மனைவி பால் வாங்கி வரச் சொன்னது நினைவுக்கு வருகின்றது. பால் வாங்கும் கடையின் முன்னாலிருக்கும் குப்பை போடும் இடத்தில், தான் அபகரித்து

வந்த சீனப்பெண்ணின் ஆடைகள், தோற்பை உள்ளிட்ட எல்லாவற்றையும் வேறொரு பையினுள் பாதுகாப்பாய்ப் போட்டு வைத்துவிடுகின்றான். ஆனால் அந்தப் பெண்ணின் கைத்தொலைபேசியை மட்டும் வேண்டுமென்றே கடையிலுள்ள விற்பனைப் பொருட்களிடையே மறைத்துவைக்கின்றான்.

மேரியோடு கதைத்துக்கொண்டிருந்த இளைஞன் மீண்டும் இசைப்பயிற்சி செய்வதற்காய்த் திரும்புகின்றான். மேரியைக் காலைச் சாப்பாட்டுக்காய்க் கூட்டிக்கொண்டு போக விரும்புவதாய்க் கூறிவிட்டுப் போகின்றான். அவனும் சில பொருட்களை வாங்கவேண்டி அதே கடைக்குப் போக, அந்தக் கடையில் மறைத்து வைக்கப்பட்டிருந்த கைத்தொலைபேசி ஒலிக்க, யாரோ தவறவிட்டுச் சென்ற போனைத் தேடுகின்றார்கள் போலும் என தொலைபேசி அழைப்பை எடுக்கின்றான். எதிர்முனையில், 'நீ என்னசெய்துவிட்டுப் போனாய் என்று எங்களுக்குத் தெரியும், இதற்கான விலையை நீ ஒருநாள் கொடுப்பாய்' என அச்சுறுத்தும் குரல் கேட்கின்றது. இந்த இளைஞனுக்கு வியப்பாயிருக்கிறது. தன் நிலையை விளங்கப்படுத்தவும் அவனுக்கு எதிர்முனையில் பேசியவன் சந்தர்ப்பம் கொடுக்கவில்லை. அந்தக் கடையை விட்டுப் பயத்தோடும் பதற்றத்தோடும் இந்த இளைஞன் நகர்ந்து செல்கின்றான்.

ஹருகி முரகாமியின் நாவல்களில் வரும் முக்கிய ஆண்கள் அநேகமாய்த் தனிமைப்பட்டவர்களாய் அல்லது தனிமையை விரும்புபவர்களாய்ப் படைக்கப்பட்டிருப்பதைப் போல இதில் வரும் இளைஞனும் இருக்கிறான். முக்கியமாய், பெண்கள் மீது ஈர்ப்பிருப்பவர்களாய் இருப்பினும் அவர்களைக் கவர முடியாதா? தாழ்வுணர்ச்சியுடன் இருப்பவர்களாய் முரகாமியின் அநேக ஆண்கள் படைக்கப்பட்டிருக்கும் இந்நாவல், நள்ளிரவில் தொடங்கி விடிகாலையில் முடியும் குறுகியகாலப் பகுதிக்குரியது என்றாலும் ஹருகி முரகாமி தன் எழுத்தால் எம்மையும் அந்தச் சூழலுக்குள் ஒரு பார்வையாளரைப் போல ஆக்கிவிடுகிறார்.

மேரி ஒவ்வொரு கதாபாத்திரத்தையும், சம்பவங்களையும் எதிர்கொள்ளும்போது நமக்கு அடுத்து என்ன நடக்கப் போகின்றதோ என்கின்ற பதற்றம் வந்துவிடுகின்றது. அதேபோல் மேரியின் சகோதரியான எரிபற்றி விவரிக்கப்படும் பகுதிகள் முழுதுமே ஒருவித மாய யதார்த்தத்தில் எழுதப்பட்டிருக்கும். மேரி, எரி தங்கள் வீட்டில் தூங்கிக்கொண்டிருக்கின்றார் என்றுதான் கூறுகின்றார். அப்படியாயின் அவர் தூங்குவதைப் பார்த்துக்கொண்டிருக்கும் அந்த 'முகமற்றமனிதன்' யார்?

அதுமட்டுமில்லாது ஒரு அத்தியாயத்தில், தூக்கத்திலிருந்து சற்று விழிக்கும் எரி, நிலத்திலிருக்கும் ஒரு பென்சிலை எடுக்கின்றார். பிறகு பார்த்தால் அதே பென்சிலே சீனப்பெண்ணைத் தாக்கிய வாடிக்கையாளன் வேலை செய்யும் மேசையில் இருப்பதாய்க் கூறப்பட்டிருக்கும். இவ்வாறாக எரியின் உறக்கமே பல்வேறு விதமான விசித்திரப் புதிர்களால் நெய்யப்பட்டிருக்கும். இருநூறு பக்கங்களுக்கும் குறைவான நாவல் இது என்றாலும் வாசிப்புச் சுவாரசியத்திற்குக் குறைவே இல்லாதது.

ஹருகி முரகாமிக்குப் பிடித்தமான பூனைகள் இந்நாவலிலும் முடிவதற்குச் சில அத்தியாயங்கள் முன் பூங்காவில் தோன்றுகின்றன. மேரியும் அந்த இளைஞனும் டூனா மீனை அப்பூனைகளுக்குச் சாப்பிடக் கொடுத்து அவற்றை வருடியபடி இருக்கின்றனர். ஒருவகையில் பார்த்தால் இந்தப் பூனைகளைப் போல் நாமும் வாழ்வில் யாருடையதோ அரவணைப்புக்காகக் காத்திருக்கவோ அல்லது அலைக்கழியவோ வேண்டியிருக்கிறது அல்லவா?

13

கே.ஆர். மீராவின் நாவல்கள்

1. கபர்

'கபர்' ஒரு குறுநாவல் என்று சொல்லக் கூடிய அளவுக்கு ஏழு அத்தியாயங்களே உள்ள புனைவு. எனினும் ஒவ்வோர் அத்தியாயமும் அவ்வளவு சுவாரசியமாக எழுதப்பட்டிருக்கின்றது. தமிழில் அதிக பாய்ச்சல்களை ஏற்படுத்தும் என்று நம்பிய மாயயதார்த்தக் கதைகள், பின்னர் மொழியை மட்டும் கடுமையாக்கிப் பாவனை களைச் செய்யச் தொடங்கியபோது, அது எதிர்பார்த்த உயரங்களை எட்டவில்லை. ஆனால் மலையாளத்தில் அந்தவகை எழுத்துகளுக்கான இடம் இன்னுமிருக்கின்றது போலும். மிகக் குறைந்த பக்கங்களில்கூட ஒரு மாய யதார்த்தப் புனைவை உருவாக்க முடியும் என்பதற்கு கே.ஆர். மீராவின் இந்த நாவலை உதாரணமாகச் சொல்லமுடியும்.

பாவனா என்கின்ற நீதிபதியிடம், ஏற்கெனவே விற்கப்பட்டுவிட்ட ஒரு காணியில் இருக்கும் கபர் இடிக்கப்படுவதைத் தடை செய்வதற்கான வழக்கு வருகின்றது. இதில் நீதிபதியான பாவனாவின் பார்வையிலிருந்து கதை சொல்லப்படுகின்றது. ஒரு கபரிலிருந்து வரலாறு பின்னோக்கி நகர்கின்றது. யதார்த்தத்தில் நடக்கவே முடியாத பல விடயங்கள் நிகழத் தொடங்குகின்றன.

இந்த வழக்கு நடக்கும்போது பாவனாவின் குடும்பக் கதையும் சமாந்தரமாகச் சொல்லப் படுகின்றது. பாவனாவின் குடும்பத்தில் 'தரவாடு'

என்று அழைக்கப்படும் தாய்வழிக் கூட்டுக் குடும்பங்களில் ஒரு தலைவர் எப்போதும் இருப்பார். அவர்களின் வீட்டில் அப்படியான "காரணமானவர்" யாரும் படுத்த படுக்கையாகக் கிடந்து சாவதில்லை என்பது ஐதீகம். அவர்கள் தங்களுக்கு வயதாகிவிட்டது என்று தோன்றும்போது தமது குடும்பப் பொறுப்பை அடுத்தவரிடம் ஒப்படைத்துவிட்டுக் காசிக்குப் புறப்பட்டுவிடுவார்கள். அவர்கள் போகும் வழியிலோ அல்லது காசிக்குப் போய்க் கொஞ்சக்காலம் இருந்துவிட்டோ காலமாகி விடுவார்கள். அப்படிப் போனவர்க்கு மோட்சம் உடனேயே கிடைத்துவிடும் என்று கருதுவதால், அவர்களில் யாருக்கும் இந்தக் குடும்பங்களில் நீத்தார்கடன் செய்வதில்லை.

இப்படியாக, காசிக்குப் போகும் மரபில் யோகீஸ்வரன் மாமா என்கின்ற ஒருவர் மட்டும் காசிக்குப் போய்விட்டு ஐந்து வருடங்களில் மீண்டும் திரும்பி வருகின்றார். அவர் திரும்பிவரும்போது தனியே வரவில்லை. இரண்டு பெண் பிள்ளைகளையும் தன்னோடு கூட்டிவருகின்றார். அந்த யோகீஸ்வரனை அவரின் மூத்த மருமகன் நுட்பமாகக் கொலை செய்தார் என்றும், இல்லை அவர் தற்செயலாகத் தடுமாறிக் கீழே விழுந்து இறந்தார் என்றும் வெவ்வேறு ஐதீகக் கதைகள் சொல்லப்படுகின்றன. அந்த யோகீஸ்வரன் மாமாவுக்கும், இப்போது சமகாலத்தில் வழக்கு வந்திருக்கும் இந்த முஸ்லிம்களின் கபருக்கும், என்ன தொடர்பு என்பதுதான் இந்த நாவலின் மைய முடிச்சு.

இந்த ஐதீகக் கதைக்கும், வழக்குக்கும் இடையில் பாவனாவின் சமகால வாழ்க்கையும் சொல்லப்படுகின்றது. அவர் திருமணம் செய்த பிரமோத், இவர்களுக்கு ஒரு *ADHD (Attention deficit hyperactivity disorder)* குழந்தை பிறந்த பின் விலத்திப் போய்விடுகிறார். தனித்த ஒரு தாயாக இருந்து இந்த *ADHD* குழந்தையை வளர்த்து, சமாளித்துத் தன் நாளாந்தங்களையும் கவனித்துக்கொள்ளும் ஒரு தாயின் அவதிகளை மீரா அவ்வளவு தத்ரூபமாக இதில் எழுதிச் செல்கின்றார். சாதாரணமாக ஒரு தனித்த தாயாக இருந்து பிள்ளையை வளர்ப்பதே கடினமாக இருக்கும்போது, ஒரு *ADHD* குழந்தையையும் வளர்ப்பது எவ்வளவு கஷ்டமென்று வாசிக்கும் நமக்கு ஒவ்வொரு பொழுதும் நினைவூட்டப் படுகின்றது.

இத்தகைய அவதிக்கிடையில் பாவனாவின் கணவர் பிரமோத் இன்னொரு திருமணம் செய்துகொள்வதற்கான அழைப்பிதழை பாவனாவின் பெற்றோருக்கு அனுப்புகின்றார். அது ஒருவகை உளைச்சலை பாவனாவுக்குக் கொடுத்தாலும்,

தன் மகன் நாளை தன் தகப்பனையும் அவர் திருமணம் செய்கின்ற பெண்ணையும் சந்திக்க வேண்டியிருக்கும் என்பதால், அந்தத் திருமண நிகழ்வுக்குப் போகின்றார்.

இறுதியில் இந்தக் கபர் வழக்கு தள்ளிவைக்கப்படுகின்றது. அதற்கு முக்கியக் காரணம் அந்த 'கபர்' அங்கே இருப்பதற்கான எந்தத் தடயமும் இல்லையென்பதால் வழக்கு நிராகரிக்கப் படுகின்றது. அந்த வழக்கைப் பதிவுசெய்த வாதியான காக்கசேரி கயாலுதீன் தங்ஙள் மாந்த்ரீகம் செய்து பாவனாவின் மனதை வாசிக்கின்றமுறை என்பது மிகச் சுவாரசியமானது. ஒரு கட்டத்தில் அவரிடமிருந்தே மெல்லமெல்லமாக அந்த நுட்பத்தை பாவனாவும் கற்றுக்கொள்கின்றார். பாவனாவுக்கு, அது பறக்கும் கம்பளங்களில் சிறகடித்துச் செல்லும் பயணங் களாகவும், கயாலுதீன் தங்ஙள் அவருக்கு முத்தம் தருகின்ற ஒரு காதலனாகவும் பாவனாவுக்குக் கற்பனையை விரிக்கச் செய்கின்றது.

இறுதியில் வழக்கு வேறுவிதமாகப் போனாலும், பாவனா தன் 'தரவாடு' வம்சத்தின் யோகீஸ்வரன் ஏன் காசியிலிருந்து திரும்பி வருகின்றார் என்று கண்டுபிடிக்கின்றார். காசிக்குப் போய் மோட்சமடையாமல் யோகீஸ்வரன் திரும்பி வருவதற்குக் காரணம், அவர் இஸ்லாமிய மதத்திற்கு மாறிவிட்டதாலே ஆகும். அவரோடு வரும் பெண்கள், அவருக்குத் துணை புரிய வருகின்ற இரு ஜின்கள் என்பதை நாவலில் நேரடியாகச் சொல்லாமலே நாம் புரிந்துகொள்கின்றோம்.

அந்தக் கபர் உண்மையிலே யோகீஸ்வரன் மாமா புதைக்கப்பட்ட இடம். அவர் கொலை செய்யப்பட்டாரோ அல்லது விபத்தால் இறந்தாரோ என்னவோ, ஆனால் அவர் இரகசியமாகப் புதைக்கப்பட்ட அந்த இடத்தைக் கண்டுபிடித்து அவர்களின் குடும்பத்துப் பெண் ஒருத்தி அன்றைய கேரள ராஜாவிடம் முறையிடுகின்றார். யோகீஸ்வரன் மாமா குழியிலிருந்து மீள எடுக்கப்பட்டு ஒரு இஸ்லாமியரைப் போல, இந்த அடையாளமில்லாத 'கபரு'க்குள் புதைக்கப்படுவதாகக் கதை பின்னர் முடிகின்றது.

அப்படியெனில் எதற்காகக் காக்கசேரி கயாலுதீன் தங்ஙள், தமது பரம்பரையின் கபர் இது என்கின்றார்? அதற்கும் ஒரு சுவாரசியமான கதை இருக்கின்றது. இவ்வளவு குறைந்த பக்கங்களுக்குள் (100) ஒவ்வொரு அத்தியாயத்திலும் வியப்பு தோன்றும் சம்பவங்களைக் கொண்டு ஒரு கதையை மீராவி னால் எப்படி நெய்ய முடிந்தது என்பதையே இந்த நாவல் முடிந்த பின்னும் யோசித்துக்கொண்டிருந்தேன்.

2. அந்த மரத்தையும் மறந்தேன் மறந்தேன் நான்

ஒரு அறிவுஜீவியின் பகல்நேர வேடம்

நான் பல்கலைக்கழகத்தில் படித்துக்கொண்டிருந்த போது, இன்னொரு வளாகத்தில் கற்கும் சகமாணவியைப் பற்றிய ஒரு செய்தி அப்போது பத்திரிகையில் வெளிவந்திருந்தது. அவர் சட்டக்கல்லூரி மாணவர். கல்விச் செலவுக்காக நிர்வாண விடுதியில் தான் நடனம் ஆடிக் கொண்டிருப்பதாய் அதில் சொல்லியிருப்பார். அவர் வெளிப்படையாகத் தனது புகைப்படத்துடன் தன்னை அந்தப் பத்திரிகையில் முன்வைத்தது எனக்கு ஒரு பக்கம் அதிர்ச்சியாகவும், இன்னொரு பக்கம் வியப்பாகவும் இருந்தது. பிறகான காலத்தில் வளாகங்களில் படித்த சில பெண்கள் தங்களுக்கு *sugar daddy*க்கள் இருக்கின்றார்கள் என்று வாக்குமூலம் கொடுத்த செய்திகளை வாசித்தெல்லாம் எளிதாகக் கடந்து வந்திருக்கின்றேன். சமூகம், வறுமை, குடும்பப் பொறுப்பு, தனிப்பட்ட விருப்பு என எத்தனையோ காரணங்கள் பின்னிப்பிணைந்து இதன் பின்னணியில் இருப்பதை, இவை குறித்த ஆய்வுக்கட்டுரைகளை வாசித்தால் நமக்குப் புலப்படும்.

கே. மீராவின் ‘அந்த மரத்தையும் மறந்தேன் மறந்தேன் நான்’ நாவலில், ஒரு சட்டத்துறை மாணவியான ராதிகா, வாசகர்க்கு அறிமுகப்படுத்தப்படுகின்றார். அவரின் சிக்கலான பின்னணி இங்கே விவரிக்கப்படுகின்றது. ராதிகா எப்போது நினைத்தாலும் அவரைப் பைத்தியம் பிடிக்கச்செய்யும் பத்து வயது நினைவொன்று அவருக்குள் உண்டு. சித்திரம் வரைதலில் ஆர்வமுள்ள ராதிகாவை, அவர் பத்து வயதில் இருக்கும்போது அவரின் தந்தை இன்னொரு ஊருக்கு ஓவியப் போட்டிக்காய் அழைத்துச் செல்கின்றார். போட்டி முடிந்துவரும் ராதிகாவைத் தெருவின் மூலையில் நிற்கச் சொல்லிவிட்டு, தந்தை சிறுநீர் கழிக்கச் சென்றுவிட்டு வருவதாகச் சொல்கிறார். ஆனால் அவர் பாருக்குச் சென்று குடித்துவிட்டு, அந்த ஊரின் பிரபல்யமான பரத்தையான பார்வதியைத் தேடிப் போகின்றார். அந்த வேளையில் நிகழும் ரெல்டில் பொலிஸ் சுற்றி வளைப்பதால், ராதிகாவின் தந்தையைப் பொலிஸ் பிடித்துக்கொண்டு போகின்றது. தனித்துத் தெருவில் பரிதவித்து நிற்கும் பத்து வயதுச் சிறுமியை ஒரு மரம்வெட்டி தன் வீட்டுக்குக் கூட்டிச் செல்கின்றான். கஞ்சியும் மரவள்ளியும் சாப்பிடக் கொடுத்து

விட்டு, ராதிகா அரைத்தூக்கத்தில் இருக்கும்போது அந்த மனிதன் பாலியல் வன்புணர்வைச் செய்கின்றான்.

பிறகான காலத்தில் தகப்பன் ராதிகாவுக்கு இவ்வாறு நிகழ்ந்ததை அறிந்து பைத்தியமாகின்றார். அவரால் வேலை செய்ய முடியாததால் ராதிகாவையும், அவளின் தம்பியையும், நோயுற்ற கணவனையும் காப்பாற்ற ராதிகாவின் தாய், இன்னொரு ஊருக்கு வேலைக்குப் போகின்றார். ராதிகா சட்டம் இரண்டாமாண்டு படிக்கும்போது தாய் சடுதியாக இறந்து போகின்றார். தாய் செய்துகொண்டிருந்த பொறுப்பு அனைத்தும் இப்போது ராதிகாவின் தலைமீது விழுகின்றது. தாயின் மரணத்துக்குப் பின்னரே தாய் செய்துகொண்டிருந்தது பாலியல் தொழில் என்ற விவரம் தெரிகின்றது. ராதிகாவும் தொடர்ந்து படிப்பதற்காகவும், குடும்பத்தைக் காப்பாற்று வதற்காகவும் தாய் செய்த அதே தொழிலுக்குச் செல்கின்றார்.

அங்கேதான் முதன்முதலில் கிறிஸ்டியைச் சந்திக்கின்றார். ராதிகாவின் முதல் வாடிக்கையாளன் கிறிஸ்டி, ஆனால் அவ்வளவு மூர்க்கமாக அவன் ராதிகாவோடு நடந்துகொள் கின்றான். அடுத்த செமஸ்டரில் சட்டக்கல்லூரியில் கிறிஸ்டியை மீண்டும் காண்கின்றாள். கிறிஸ்டி அதே கல்லூரியில் பெரிய இயக்கமொன்று நடத்துபவனாக இருக்கின்றான். அதற்காய்த் திரைப்பட விழா நடத்தப் பணம் கேட்க ராதிகாவிடம் வருகின்றான். 'உன்னை எங்கையோ பார்த்திருக்கின்றேன்' என்று கிறிஸ்டி ராதிகாவிடம் சொல்கின்றான். அவனுக்கு இப்போது ராதிகா யாரென்று நினைவுக்கு வருகின்றது. தன்னிடம் கொடுப்பதற்குப் பணமில்லை என ராதிகா சொல்கின்றபோது 'ஒரு வேசியின் ஒழுக்கம்' எனத் திட்டுகின்றான். அதற்கு ராதிகா, 'ஒரு அறிவுஜீவியின் பகல்நேர மரியாதை வேடம்' எனச் சுள்ளெனப் பதிலளிக்கின்றாள்.

பரத்தையான பார்வதியைப் போலத் தன்னால் ஆக முடியாதென்பது ராதிகாவுக்குத் தெரிகிறது. சட்டப்படிப்பைக் கைவிட்டு வீட்டு வேலைகளுக்குப் போகத் தொடங்குகின்றாள். கல்லூரிக்கு வருவதை நிறுத்திய ராதிகாவைத் தேடி கிறிஸ்டி வருகின்றான். நீ எப்படியெனினும் படிக்க வேண்டும் என்று ராதிகாவைத் தொடர்ந்து படிக்க வைக்கின்றான்.

இப்போது ராதிகா ஒரு வழக்கறிஞர். அவள் அஜித் என்கின்ற தன் தகுதிக்குப் பொருத்தமில்லாத ஒருவரைத் திருமணம் செய்துவிட்டாள். 1989இல் சட்டக்கல்லூரியில் படித்த அப்பாவியான ராதிகா இப்போது கதை நிகழும் காலமான

2005இல் இல்லை. அவளைத் தேடி கிறிஸ்டி ஒரு விசித்திரமான வழக்கைப் பதிவு செய்ய வேண்டுமென வருகின்றான். ராதிகாவிற்குள் பழைய நினைவுகள் ஊற்றெடுக்கத் தொடங்கு கின்றன. கிறிஸ்டி ஒருகாலத்தில் அவளின் நேசத்துக்குரிய காதலனாகவும் இருந்திருக்கின்றான். அப்போது எவருடனும் பகிரமுடியாத சிறுவயது துர்நினைவைப் பத்து வருடங்களின் பின் ராதிகா கிறிஸ்டியோடு மட்டுமே பகிர்ந்துகொள்கின்றாள். நான் அன்று 'ஒரு மரம்போல குளிர்ந்து மரத்துப் போனேன்' என்று அந்தத் துர்நினைவின் ஒரு துளியையும் மறக்காது ராதிகா நினைவுகூர்கின்றாள்.

கிறிஸ்டி நல்லதொரு காதலனாக இருந்திருக்கின்றான்; ஆனால் அவனுக்குள்ளும் மூர்க்கமான ஓர் ஆண் ஒளிந்திருக் கின்றான். காதலும் காமமுமாகக் கிறங்கிய வாழ்வில், ஒரு நாள் ராதிகா கருவுருகிறாள். எவ்வளவு சொன்னாலும், கிறிஸ்டி ஒரு குழந்தைக்குத் தன்னால் தந்தையாக முடியாது என்று அடம்பிடிக்கின்றான். 'நீ எது சொன்னாலும் எனக்குக் குழந்தை வேண்டும்' என்கின்ற ராதிகாவை விட்டுப் பிரிகின்ற கிறிஸ்டி, ஒருநாள் சடுதியாகத் தோன்றி ஒரு மலைப்பிரதேசத் தேவாலயத்தில் அவளை மணம் முடித்துக்கொள்கின்றான். ஆனால் திரும்பி வருகையில் கிறிஸ்டி மூர்க்கமாகி ராதிகாவின் ஆடைகளைக் கிழித்து மோசமாகப் புணர்கின்றான். 'அவன் ரம்பம்போல எனக்குள் நுழைந்தான்' என்கின்ற மாதிரியான மோசமான அனுபவம் ராதிகாவுக்கு நிகழ்கின்றது. அத்தோடு ராதிகாவை விட்டுப் போனவன்தான், இப்போது நீண்ட காலத்தின் பின் திரும்பியிருக்கின்றான்.

இப்போதிருக்கும் கிறிஸ்டி முற்றிய உளவியல் பிரச்சினைக் குரியவன். அதற்குச் சிகிச்சையும் பெறுகின்றவன். ஓர் எழுத்தாளனாகிவிட்ட கிறிஸ்டியின் கதைகளின் முழுத் தொகுப்பை ஒரு பதிப்பகம் வெளியிட்டிருக்கின்றது. அந்தப் பெருந்தொகுப்பை ராதிகாவுக்குக் கொண்டுவந்து கிறிஸ்டி கொடுக்கின்றான். அதன் முதற்பக்கத்திலேயே 'என் ராதிகா வுக்கு, எங்கள் காதலுக்கு, எங்களின் திருமண நாளுக்கு' எனச் சமர்ப்பணம் செய்யப்பட்டிருக்கின்றது. இன்னொரு நாவல், 'ராதிகாவின் கருவில் முளைத்த என் மகன் 2ஆம் அரிஸ்டாட்டிலுக்கு எனச் சமர்ப்பணம் செய்யப்பட்டிருக் கின்றது. ராதிகாவுக்கு உலகே சுற்றுகின்றது. என்ன செய்வ தென்ற அதிர்ச்சியில் அனைத்து நூல்களையும் வெறியுடன் கிழித்துத் தீயில் போட்டெரிக்கிறாள்.

எழுத்தென்னும் மாயக்கம்பளம்

கிறிஸ்டி தன்னை மோசமாகப் புணர்ந்து கைவிட்டுச் சென்றதன் பின், இனி அவனைப் போல இந்தக் குழந்தையும் வேண்டாமெனக் கருக்கலைப்புச் செய்கின்றாள் ராதிகா. இதற்கான அனைத்து அவமானங்களையும் தாண்டி, அஜித்திடம் இவை எல்லாவற்றையும் சொல்லித்தான் அவனைத் திருமணமும் செய்கின்றாள்.

கிறிஸ்டி உளவியல் சிக்கலுக்குள் ஆழமாகிப் போய் விட்டவன். தன் ஞானஸ்நான பெயரைப் பாதிரியாரும் தேவாலயமும் மாற்றச் சதி செய்கின்றார்கள் என்று அதற்கு வழக்குப் பதிவு செய்யும்படியுமாக ராதிகாவை வற்புறுத்து கின்றாள். அவனை ராதிகா எந்த அளவுக்கு வெறுக்கின்றாளோ, அந்த அளவுக்கு ஏதோ ஒரு பக்கத்தில் மனம் பிறழ்ந்த கிறிஸ்டிமீது ராதிகாவுக்குச் சொல்ல முடியாத பிரியமும் இருக்கின்றது.

கிறிஸ்டியின் சகோதரர்களை ராதிகா அழைத்து அவனுக்கு உரிய வைத்தியம் பார்க்கமுடியாதா எனக் கேட்கின்றாள். கிறிஸ்டி சட்டக்கல்லூரியின் கடைசிப் பரிட்சையும் எழுதாமல் மூன்றாண்டுகளாக இந்தியாவின் வடக்கில் அலைந்து, கிட்டத்தட்ட முழுப்பைத்தியமாக இருந்தபோது, கண்டெடுத்துக் கூட்டிக்கொண்டு வந்தோம் என்று கிறிஸ்டியின் சகோதரர்கள் கூறுகின்றார்கள். ஓர் அந்தரங்கமான பொழுதில் ராதிகாவுடன் கிறிஸ்டி இருக்கும்போது, தான் இயேசு கிறிஸ்துவைப் போல ராதிகாவுக்குச் செய்த பாவங்களுக்காகச் சிலுவை சுமக்க அந்த மூன்று வருடங்களும் சென்றேன் என்கின்றான்.

ராதிகாவின் வாழ்வில் தொடர்ந்து துயரங்களே வழித்துணைக்கு வந்தபடியிருக்கின்றன. ஆனாலும் அதற்குள்ளும் வாழ்க்கையின் மீது நம்பிக்கை இழக்காது வாழ்ந்தபடி இருக்கின்றாள். அவள் சந்தித்த ஆண்களெல்லாம் தகப்பனைப் போல, கிறிஸ்டியைப் போல, கையாலாகாத கணவன் அஜித்தைப் போலத்தான் இருக்கின்றனர். அவள் தேடுகின்ற நேசமோ, கருணையோ அவள் எதிர்பார்க்கின்ற மாதிரிக் கிடைக்காத போதும் இந்த ஆண்களை அரவணைத்தே கொள்கின்றாள். இறுதியில் கிறிஸ்டியைத் தேடி ராதிகா போகின்றாள். அது அவளுக்கு என்றுமே தப்பிவந்துவிட முடியாத பெருந்துயரைக் கொடுப்பதுடன் நாவல் முடிகின்றது.

மீராவின் பெண்பாத்திரங்கள் எப்போதும் சிக்கலானவை. இவ்வாறான *protagonist*களை ஆண்களால் ஒருபோதும் படைக்க முடியாது என்பதை மீராவின் நாவல்கள் ஒவ்வொன்றையும் வாசிக்கும்போது நான் உணர்வதுண்டு. மீராவின் இந்தப்

110 இளங்கோ

புனைவை சிற்பி பாலசுப்பிரமணியம் தமிழாக்கியிருக்கின்றார். சிறுவயதில் பெருந்துயர் அனுபவித்து, இளமையில் காதலன் எனப்பட்டவனால் கைவிடப்பட்டு, பின்னர் ஒருவனைத் திருமணம் செய்து நிறைவான வாழ்வில்லாது விட்டாலும் ஓரளவு நிம்மதியான வாழ்வு வாழும் ராதிகா, அந்தப் பைத்தியக்கார எழுத்தாளனான கிறிஸ்டிமீது ஏன் இவ்வளவு நேசத்துடன் இருக்கின்றாள், ஏன் அவனின் கைவிடல்களையும், வன்முறையையும் மறந்து ஒவ்வொருபொழுதும் அவன்மீது வசீகரிக்கப்படுகின்றாள் என்பதுதான் புதிர். அதுவே நம் சிலருக்கு வாழ்க்கையும் ஆகின்றது. எவர்மீதும் அதிக குற்றம் சாட்டாது, இந்தக் கருணையற்றவர்களின் வன்முறைகளின் மேல் நின்று வாழ்கின்ற ராதிகா என்கின்ற பெண்ணொருத்தியின் கதையில், அவளை எப்படிப் புரிந்துகொள்வதென்ற திகைப்பும் நெகிழ்வும் அச்சமும் ஒருசேர வருவதால், நமக்கும் இந்நாவல் நெருக்கமானதாகின்றது.

3. யூதாஸின் நற்செய்தி

தமிழில் நாவல்கள் என்றால் கனதியான நூல்கள் மட்டுமே என்றொரு நம்பிக்கை அண்மைக்காலமாக விதைக்கப்பட்டிருக்கின்றது. ஆகவேதான் பலர் தேவையில்லாத விடயங்களை எல்லாம் சேர்த்து நூற்றுக்கணக்கில் எழுதிக் குவிக்கின்றார்கள். நிறைய எழுதாவிட்டால் ஏதேனும் வியாதி வருமென அஞ்சும் படைப்பாளிகள், இப்படி நாவல்களில் நிறைய எழுதி எங்களின் பொறுமையைச் சோதிக்காது, வேண்டுமெனில் பிற எழுத்தாளர்களின் படைப்புகளை வாசித்து எழுதினால், தமிழுக்குப் பல்வேறு வழிகளில் வளஞ்சேர்க்கலாமே என்று நான் நினைப்பதுண்டு.

தமிழில் தன் நாவல்களைக் கனகச்சிதமான வடிவில் எழுதிய சிலரில் அசோகமித்திரனையும் நகுலனையும் நான் நினைவுகூர்வதுண்டு. நாவல்களில் மட்டுமில்லை, குறுநாவல்க ளிலும் திருத்தமாக எழுதிச் செல்வதில் கைவந்தவர்கள் அவர்கள். ஆனால் அந்த மரபு தமிழில் அவ்வளவாக வளர்த்தெடுக்கப்படவில்லை. தமிழில் பின்னமைப்பியல் / பின்நவீனத்துவம் விரிவாகப் பேசப்பட்டு 20–30 வருடங்கள் ஆனதன் பின்னும், இன்னும் நவீனத்துவத்தின் செட்டையை உரித்துக்கொள்ள நாம் தயாராகவில்லை. ஆகவேதான் பல நாவல்கள் சளசளவென்ற நடையில் தொடக்கத்திலேயே நம்மைப் பிரதிகளிலிருந்து வெளியே தள்ளிவிடவும் செய்கின்றது.

மலையாளத்தைப் (மட்டுப்படுத்த அளவே வாசித்திருந் தாலும்) பார்க்கும்போது, நாவல்களில் இந்தக் குறுகச் சொல்லும் மரபு தொடர்ந்து வளப்படுத்தப்பட்டுக் கொண்டிருக்கின்றது போலும். பஷீர், எம்.டி. வாசுதேவன் நாயர் போன்றோரின் அநேக முக்கியமான படைப்புக்கள் குறைந்த பக்கங்களிலேயே எழுதப்பட்டிருக்கின்றன. அதன் தொடர்ச்சியில் பின்னமைப்பியல் வழங்கிய செழுமையை உள்வாங்கிச், சிறந்த படைப்புகளைத் தருபவராக கே.ஆர். மீராவைச் சொல்வேன். மிகச் சிறிய நாவல்கள், ஆனால் அவ்வளவு கனதியானவை.

மாய யதார்த்தம் இலத்தீன் அமெரிக்காவினால் நமக்கு அறிமுகப்படுத்தப்பட்டதைக் கொண்டாடிய நாம், அதன்பின் அங்கே ரொபர்தோ பொலானோ, அலெஜாந்திரோ ஸாம்பிரா போன்ற இன்றையகால படைப்பாளிகள் எப்படி எழுது கின்றார்கள் என்று ஏறெடுத்துப் பார்ப்பதுமில்லை. ஆனால் மலையாளப் படைப்பாளிகள் அதைப் பரீட்சித்துப் பார்ப்பதனால் இது சாத்தியமாயிருக்கின்றது போலும்.

மீராவின் 'கபர்', 'மீரா சாது', 'அந்த மரத்தையும் நான் மறந்தேன் மறந்தேன்', 'யூதாஸின் நற்செய்தி' போன்ற நாவல்களை வாசிக்கும்போது, மீரா இன்றைய தலைமுறைக்கான படைப்பாளி என்று மனம் சொல்லிக்கொண்டிருந்தது. குறைந்த பக்கங்கள், ஆனால் அவ்வளவு தெளிவான கதைக்களங்களில் சொல்ல வேண்டியதை நறுக்காய்த் தெரிவித்துவிட்டு நாவல்களைச் சட்டென்று முடித்துவிடுகின்றார். ஆனால் நமக்கோ அதன் பாரம் தாங்கமுடியாது கதைகள் ஒவ்வொன்றும் மனதுக்குள் கனக்கத் தொடங்கிவிடுகின்றன.

'யூதாஸின் நற்செய்தி'யில் இந்திரா காந்தி பிரகடனப் படுத்திய நெருக்கடி நிலைக் காலத்தில் தீவிரமாக இயங்கிய இடதுசாரி இயக்கத்தை விவரிக்கின்றார். அதற்கு இயேசுவின் காலத்தைய யூதாஸின் படிமத்தைப் பாவிக்கின்றார். தாஸ் என்கின்ற ஒரு மாவோயிஸ்ட் பொலிஸ் சித்திரவதையின் மூர்க்கத்தால் தன் காதலியும் இயக்கக்காரியுமான சுனந்தாவின் பெயரை உச்சரித்துவிடுகின்றான். அப்படிச் சொல்லிவிட்டதால் தான், தனது காதலியும், இன்னொரு தோழனும் பொலிஸால் கொல்லப்பட்டு விட்டார்கள் என்கிற குற்ற உணர்ச்சியில் தாஸ் காலம் முழுதும் வாழ்ந்து தொலைப்பதுதான் இந்நாவலின் அடிச்சரடு.

நமக்குக் கதைசொல்கின்ற பிரேமா ஒரு பொலிஸ்காரனின் மகள். தந்தை சிறுவயதுகளில் இருந்தே இப்படி இளைஞர்களைச்

சித்திரவதை செய்யும் கதைகளை பிரேமாவுக்கும், தாய்க்கும் 'வேண்டாம் வேண்டாம்' என்கின்ற போதும் வற்புறுத்திக் கேட்க வைக்கின்றார். அதுவே எதிர்ப்பண்பாக பிரேமாவுக்குள் ஒரு நக்சல்பாரியாக மாறும் கனவை விதைக்கின்றது. அந்தக் கனவின் நீட்சியில், தன் தோழர்களைக் காட்டிக்கொடுத்துவிட்ட குற்ற உணர்வில், இப்போது குளங்களில் உடல்கள் மூழ்குகின்றபோது அதைத் தண்ணீருக்கடியில் சுழியோடி வெளியே எடுத்துப் போடுகின்ற தாஸ் என்கின்ற முன்னாள் இயக்கக்காரன்மீது காதல் பித்துப்பிடிக்க பிரேமாவை வைக்கின்றது. தாஸோ, இந்தக் காதலை நிராகரித்துத் தானொரு யூதாஸ் என்கின்றான். ஆனால் பிரேமாவின் இந்த 15 வயதுப் பித்து, அவரின் 35 வயதுக்கு மேலாகவும் நீள்கின்றது. தாஸே தன் ஒரேயொரு காதலன் என்றபடி அவன் இவரைவிட்டுத் தப்பியோடுகின்ற ஒவ்வொரு பொழுதும் அவனைத் தேடிக் கேரளத்தில் ஒவ்வொரு மூலை முடுக்குக்கும் போய்க்கொண்டிருக்கின்றார்.

தாஸ் உள்ளிட்ட பல இளைஞர்களை மூர்க்கமாய்ச் சித்திரவதை செய்து கொன்று, குளங்களிலும் மலைகளிலும் தூக்கிப்போட்ட பொலிஸ்காரர்கள் ஒவ்வொருவருக்கும் காலம் மிகப்பெரும் தண்டனைகளைக் கொடுக்கின்றது. சில கொடும் சித்திரவதையாளர்கள் அது தமக்கு விதிக்கப்பட்ட தொழில், நாம் அரசுக்கு நன்றியுடையவர்களாக இருந்தோம், ஆகவே அப்படி இருந்ததற்காக வெட்கப்படவில்லை என்றும் பிற்காலத்தில் கூறுகின்றார்கள்.

காலம் கொடுக்கும் மிகப் பெரும் தண்டனை பிரேமாவின் பொலிஸ் தந்தைக்குத்தான் எனச் சொல்ல வேண்டும். பிற்காலத்தில் நோயால் அவர் அவதிப்படும்போது, கஞ்சாவும் கள்ளச்சாராயமும் விற்கும் அவரின் மகனைக் கைதுசெய்து சிறைக்குள் சித்திரவதை செய்துவிட்டு, அவர் தப்பியோடும் போது கொன்றுவிட்டோம் என்று மகனின் சடலத்தை பொலிஸ் கொடுக்கின்றது. தன்னையொரு சிறந்த பொலிஸும் சித்திரவதையாளரும் என்று காலம் முழுக்க நம்பிக் கொண்டிருக்கும் அவரால் தன் மகனுக்குப் பொலிஸ் இப்படிச் செய்யுமா என்பதை நம்பவே முடியவில்லை. அங்கே நிகழ்வது மாபெரும் வீழ்ச்சி. வாழ்தலின் பெறுமதியே அர்த்தமற்றுப் போகும் ஒரு பெரும் மரணம் அவருக்குள் நிகழ்கின்றது.

இந்த நாவலில் பொலிஸின் சித்திரவதை மிக விரிவாகப் பேசப்படுகின்றதெனினும், இது பொலிஸின் அராஜகங்கள் பற்றிய நாவலல்ல. ஒரு இயக்கத்திலிருந்தவன் தன் தோழர்களைக்

காட்டிக்கொடுத்துவிட்டோமே என்ற குற்றவுணர்ச்சியில் வாழ்ந்து கொண்டிருப்பதையே நாவல் முழுதும் நினைவூட்டுகிறது.

இது கேரளாவின் பின்னணியில் நடக்கும் நாவல் என்றாலும், அரசுக்கெதிராக ஆயுதப்போராட்டங்கள் நடத்திய ஈழம் உள்ளிட்ட எல்லா நாடுகளுக்கும் பொருந்தக்கூடியதே. நம் இயக்கங்கள் ஒவ்வொன்றிலும் இப்படிச் சந்தர்ப்ப சூழ்நிலையாலோ அல்லது விரும்பியோ தமது நண்பர்களைக் காட்டிக்கொடுத்த பலர் இருப்பார்கள். அவர்களின் மனோநிலைகளை ஆழமாகப் பேசி எந்தப் புனைவாவது தமிழில் இப்படி வந்திருக்கின்றதா? நாம் செய்தது, துரோகியென்றோ தியாகியென்றோ அளவுக்கதிகமாய் ரொமண்டிசைஸ் செய்து கதைகளை உருவாக்கியது மட்டுமே. ஆனால் மீராவின் இந்த நாவலில் நாம் தாஸ் என்கின்ற யூதாஸை மட்டுமில்லை, அவனில் காதல் கொண்டலைகின்ற பிரேமா என்ற பெண்ணின் உளவியலையும் புரிந்துகொள்கின்றோம்.

இங்கே பொலிஸ்காரர்கள்கூட எதிர்நிலையில் வைத்துப் பேசப்படவில்லை. எப்படி இயக்க இளைஞர்கள் நம்மிடையே இருந்து தோன்றுகின்றார்களோ, அவ்வாறே பொலிஸும் நமக்கிடையே எப்போதும் மேலெழும்பிவிடக்கூடிய அதிகாரத்தின் குறுவாட்களுடன் காத்திருக்கிறார்கள் என்று அவர்களும் விலத்தி வைக்காது உரையாடலில் உள்வாங்கப் படுகின்றார்கள். இவ்வளவு சித்திரவதைகள் செய்த, பிற்காலத்தில் நோய்வாய்ப்பட்ட பொலிஸ் தகப்பனையும் பராமரித்துக்கொண்டபடியே, பிரேமா தன் நக்சல்பாரி காதலனைத் தேடி ஊர்களெல்லாம் அலைகின்றார். இதில் இருப்பதுதானே மனிதசாரம். இங்கிருந்து உருவாவதுதானே அதிசிறந்த கருணையாக இருக்கமுடியும்?

தாஸ் என்கின்ற யூதாஸ், தன் இளமைக்காலக் காதலியான சுனந்தா கொல்லப்பட்டதை மறக்காது இருப்பதால்தான், தன் காதலை நிராகரிக்கின்றான் என்று நம்பும் பிரேமா இறுதியில் சந்தர்ப்பவசத்தால் ஒரு நக்சலைட்டாக மாறுவது ஒருபக்கம் நிகழும்போது, சுனந்தாவைப் போல அவளின் அடுத்த தலைமுறை பெறாமகளையும் நில அபகரிப்புப் போராட்டத்தின்போது பொலிஸ் தந்திரமாகக் கொன்று ஆற்றில் போடுகின்றது. ஆகவே போராட்டங்களும் பலிகளும் ஒருபோதும் முடிவதில்லையென்பதை மீரா நமக்கு மறைமுக மாக உணர்த்துகின்றார். வேறுவேறு களங்கள், புதிய புதிய தலைமுறைகள். ஆனால் அதே ஒடுக்குமுறைகள், அதே சித்திரவதைகள், அதே திமிர்ந்தெழுதல்கள்!

தாஸும், பிரேமாவும் யாரோ ஒருவர் நீரில் மூழ்கியோ/ மூழ்கடிக்கப்பட்டோ சாகத்தான் போகின்றோம், ஆனால் ஒருவர் இறந்தால், அந்த உடலை நீருக்கு வெளியே கொண்டுவர மற்ற ஒருவராவது உயிரோடிருக்கவேண்டுமே என்று குமரகத்தில் ஒரு உடைந்துபோன படகு வீட்டில் தமது நிறைவேறாக் காதல்களுடன் காத்திருக்கின்றனர்.

4. மீராசாது

நம்மைப் பித்துப் பிடிக்கவைத்த ஏதேனும் ஒரு காதலைத்தானும் கடந்து வராதவர்கள் நம்மில் அரிதாகவே இருப்போம். காலப்போக்கில் இந்தப் பித்து உதிர்ந்துபோக வாழ்வின் அடுத்த கட்டங்களில் நகர்ந்து போயிருப்போம். ஆயினும் கோடைக்காலத்து மழைபோலச் சட்டென்று எப்போதாவது ஞாபகங்கள் அருட்ட, அந்த நேசத்தில் தோய்ந்து வெளியே வரும் நுட்பங்களையும் பின்னர் நாம் அறிந்திருப் போம். ‘மீராசாது’வில் வரும் துளசிக்கு அப்படியொரு காதல் தான் மாதவனோடு வாய்க்கின்றது.

மாதவன் துளசியிடம் காதலை யாசிக்கும்போது, ‘நான் ஒருபோதும் உங்களைக் காதலிக்கமாட்டேன்; உங்களைப் பார்க்கும்போது அறை நிறைய 27 பெண்கள் இருக்கின்றார்கள்’ என அந்தக் காதலை துளசி நிராகரிக்கின்றார். மாதவன் அதற்கு முன்னரான தன் 27 காதலிகளைப் பற்றித் துளசிக்குச் சொல்லியிருக்கின்றான், கடிதங்களில் எழுதியிருக்கின்றான்.

அப்படி மாதவனின் காதலை மறுக்கின்ற, சென்னை ஐஐடியில் சிறப்புத் தேர்ச்சிபெற்ற துளசிதான், அவளுக்கு வினயன் என்கின்ற இன்னொருவனுடன் திருமணம் நடக்கவிருக்கும் நாளுக்கு முன்தினம் மாதவனுடன் சேர்ந்து டெல்லிக்கு ஓடிப்போகின்றாள். மாதவன் ஒரு புகழ்பெற்ற பத்திரிகையாளன், பின்னர் தொலைக்காட்சிப் பக்கமும் போய் இன்னும் பிரபல்யம் வாய்ந்தவனாகின்றான். துளசி, மாதவனுக்காய் அனைத்தையும் துறந்து அவன் தாள்களில் பணிந்து போகின்ற ஒரு பெண்ணாய்க் காதலின் நிமித்தம் மாறுகின்றாள். காதலும், காமமுமாகத் தொடக்க காலம் துளசிக்குப் போகின்றது. எப்போதும் சிரிக்கின்ற பெண்ணையே என்னால் நேசிக்கவும், காமமுறவும் முடியும் எனச் சொல்லும் மாதவனின் உக்கிரக் காதலில் துளசி கிறங்கிக் கிடக்கின்றாள்.

துளசியை ராதை என்றழைக்கும் மாதவன் ஒரு கிருஷ்ணனே. அவனது பெண்கள்மீதான பித்தும், காதல்

லீலைகளும் துளசிக்கு அப்பாலும் நீள்கின்றது. துளசி தன் காதலை நிறைய நம்புகின்றாள். அந்தக் காதல் மாதவனை எல்லோரிடமும் இருந்து மீட்டெடுத்து ராதையாகிய தன்னிடம் சேர்க்குமென நம்புகின்றாள். ஆனால் மாதவன் மீண்டும் துளசியிடம் அதே காதலோடு ஒருபோதும் திரும்பவேயில்லை.

இப்போது இரண்டு குழந்தைகளோடு துளசிக்குப் பிறந்த வீடுமில்லை, மாதவனுமில்லை. எங்கே அடைக்கலம் பெறுவதென்று குழம்புகின்றாள். அவள் டெல்லிக்கு ஓடிப்போவதுடன் அவளின் குடும்பத்தில் இருக்கும் மற்ற சகோதரிகள் உள்ளிட்ட எல்லோரினதும் வாழ்வும் பிறகு என்றென்றைக்குமாகத் தடம் மாறிவிடுகின்றது. எல்லோரும் அதற்காய் துளசியையே குற்றஞ்சாட்டுகின்றனர். துளசி மனம் பிறழ்கின்றாள். மாதவனை எந்த அளவுக்கு வெறுக்கின்றாளோ, அதேபோல மாதவனை நேசிக்கவும் செய்கின்றாள். மாதவன் ஒரு நாடக நடிகைக்காய் துளசியிடம் விவாகரத்தைக் கேட்கும்போது, பத்திரத்தில் கையெழுத்திட்டுவிட்டு, மாதவனோடு துளசி கலவி செய்கின்றாள். “எங்கே நம் குழந்தைகள், இன்னமும் எழும்பவில்லையா” என்று மாதவன் கேட்கின்றபோது, “இனி அவர்கள் என்றென்றைக்குமாய் விழிக்கப் போவதில்லை, அவர்களை நஞ்சூட்டிக் கொன்று விட்டேன்” என்கின்றாள் துளசி.

மனம் பிறழ்வுற்ற துளசி மனோநிலைக்காய்ச் சிகிச்சை பெறும் விடுதியிலிருந்து தப்புவதும், மீளச் செல்வதாகவும் இருக்கின்றாள். ஒருநாள் தகப்பனின் காசைக் களவெடுத்துக் கொண்டுபோய் மதுராவில் பிருந்தாவனத்தில், அங்கேயிருக்கும் ஆயிரக்கணக்கான விதவைச் சாதுக்களோடு தானும் ஒருத்தி யாய்த் தங்கிவிடுகின்றாள். பிருந்தாவனத்திலும் அதை நடத்துபவர்களின் பணப்பிடுங்கல்கள் / பாலியல் வேட்கைகள் என்பனவற்றைப் பார்த்து ஓர் இறுகிப்போன பாறையாகத் துளசி தன்னைக் கிடத்திக் கடந்து போகின்றாள்.

காலம் விரைந்து கடுகதியில் போகின்றது. மாதவனுக்கும் வயதாகிவிட்டது. அவன் தன் கடந்தகாலத் தவற்றை உணர்ந்து துளசியிடம் மன்னிப்புக் கேட்க பிருந்தாவனம் வருகின்றான். துளசி எவ்வளவு காதலோடு, எப்படி ஒரு காலத்தில் இருந்தாளோ, இப்போது அவ்வளவு வன்மத்தோடு பழிவாங்கக் காத்திருக்கின்றாள். மாதவன் அவளின் காலில் விழுந்து கேட்கும் மன்னிப்பையெல்லாம் துச்சமெனத் தள்ளி நிராகரிக்கின்றாள். ‘காதல் பூதனையைப் போன்று என்னைக் கொல்ல முயன்றது. முலைகளில் விஷம் தடவிப் பால்குடிக்க வைத்தது. நான் விஷம்

குடித்தேன். பால் குடித்தேன். அவளுடைய குருதியையும்கூட உறிஞ்சிக் குடித்தேன்' என்கின்றாள் துளசி. பூதனை என்கின்ற அரக்கி, கம்சனின் சொற்கேட்டு கண்ணனுக்கு வஞ்சனையால் முலைப்பாலை ஊட்டிக் கொல்ல முயல்கையில் அவள் முலைவழியாகக் கண்ணனால் உயிருண்ணப்பட்டு மாய்ந்தவள்' என்பது ஒரு ஐதீகக் கதை. அந்தப் பூதனையின் விஷத்தை மட்டு மில்லை, குருதியையும் குடித்து இன்னும் உயிரோடு தான் இருப்பது மாதவனைப் பழிவாங்கவே என்கின்றாள் துளசி. ஏனெனில் 'மாதவன் என்னுடையவன். நான் இனியும் அவனைக் காதலிப்பேன். வன்மத்துடன் காதலிப்பேன். காதலால் தோற்கடிப்பேன். புனிதப்படுத்துவேன். இறுதியில் அவனுக்குள்ளேயே இரண்டறக் கலப்பேன்' என்று கூறி எப்படி மாதவன் இவளின் காதலைப் பயன்படுத்தினானோ, அவ்வாறே அவனையும் பயன்படுத்திக் காலம்பூரா பழிவாங்குவேன் எனத் துளசி தனக்குள் தானே சொல்லிக்கொள்கின்றாள்.

இது ஒரு பெண்ணின் உக்கிரமான காதல் கதை. இந்தக் குறுநாவலை வாசித்து முடிக்கும்போது நமக்குள் மாறியிருக்கும் மனோநிலைக்கு எதை உவமிப்பது என்று புரிவதில்லை. இதை எழுதிய மீராவே ஓரிடத்தில், "16ஆம் நூற்றாண்டின் கவிஞர் மீராபாயைத் தவிர்த்து, உலகில் இரண்டு அல்லது மூன்று துளசிகள் மட்டுமே இருப்பார்கள் என்றே நான் கற்பனை செய்திருந்தேன். ஆனால் பின்னர் நான் அதிர்ந்துபோகும் வகையில் இந்த உலகம் எண்ணிலடங்காத துளசிகளை உருவாக்கியும், உருக்குலைத்தும் இருப்பதை நான் உணர்ந்தேன். ஒருவேளை, நாம் ஒவ்வொருவரும் நம் வாழ்க்கையில் ஏதாவது ஒரு கட்டத்தில் துளசியாக மாறுவதைத் தவிர்க்க முடியாமல் போகலாம்" எனக் குறிப்பிடுகின்றார்.

கே.ஆர். மீராவின் படைப்புகளைச் சமகாலத் தமிழ் எழுத்தாளர்கள் நிச்சயம் வாசிக்க வேண்டும் என்று மீண்டும் வலியுறுத்துகின்றேன். மீரா எவ்வாறு கதைகளை நுட்பமாகச் சொல்கின்றார் என்பதையும், அந்தந்தக் கதைக்கான பாத்திரங்களில் எப்படி வாசிக்கும் நம்மையும் கூடவே ஒரு பாத்திரமாக்கி விடுகின்றார் என்பதையும் நாம் கவனமாக அவதானித்துப் பார்க்க வேண்டும். மேலும் வீணாகப் பக்கங்களையும் வார்த்தைகளையும், செலவழிக்காது சொல்ல வேண்டியதைச் சுருக்கென்று சொல்லி முடிப்பதோடு, கூறும் கதையையும் பல்வேறு கதைகளோடு எளிதாக இணைத்து விரிவான வாசிப்பையும் நமக்குத் தந்துவிடுகின்றார்.

'மீராசாது' என்கின்ற இந்தக் குறுநாவலில் மீரா பொருத்தமாக மீராவின் பாடல்களைப் பயன்படுத்துகின்றார். மிகக் குறுகிய, அதேசமயம் உக்கிரமான ஒரு காதல் கதையை அதன் தீவிரம் குறையாது மோ. செந்தில்குமார் அழகாகத் தமிழாக்கியிருக்கின்றார். செந்தில்குமார் தமிழாக்கிய 'கபர்', 'யூதாஸின் நற்செய்தி', 'மீராசாது' ஆகியவற்றை வாசிக்கும் போது நமக்கு மலையாளத்திலிருந்து தமிழுக்கு ஆக்கங்களைக் கொண்டு வர, நல்லதொரு மொழிபெயர்ப்பாளர் கிடைத்திருப்பது மகிழ்ச்சியளிக்கிறது.

இளங்கோ

14

தாய் என்னும் எனது வழிகாட்டி

Thich Nhat Hanh (Thay)

1

எனது ஆசிரியரான தாய் *(Thich Nhat Hanh)* மறைந்ததிலிருந்து கிட்டத்தட்ட ஒரு வாரமாக அவரின் நினைவுகளோடு இருந்தேன். அவர் வியட்நாம் யுத்தத்தின்போது, சொந்த நாட்டிலிருந்து 1960களில் வெளியேற்றப்பட்ட பின், பிரான்ஸின் தென்பகுதியில் 'பிளம் கிராமம்' *(Plum Village)* அமைத்துத் தனது கற்பித்தல்களைத் தொடர்ச்சியாகச் செய்து வந்தார்.

ஒரு ஸென் துறவியாக மட்டுமின்றி, அவர் ஒரு கவிஞரும்கூட. வியட்நாமில் இருந்த காலங்களில் பத்திரிகைகள் தொடங்கி நடத்தி வந்திருக்கின்றார். அதுபோல பல்வேறு பெயர்களில் எழுதவும் செய்திருக்கின்றார். அநேக ஸென் வட்டங்களைச் சேர்ந்தவர்களைப் போல, பொதுவிடயங்களில் இருந்து விலத்தியிருக்காமல், தொடர்ச்சியாக நாடுகளுக்கிடையில் சமாதானம் நிலைநாட்டுவதற்காகவும், புவி காலநிலை மாற்றங்களுக்குமாய்த் தனது பங்களிப்பைச் செய்துவந்தவர் என்பதால் தாய் எனக்கு இன்னும் நெருக்கமானவர்.

அவர் மறைந்ததிலிருந்து இறுதிக்கிரியைகள் நிகழ்ந்த ஒரு வாரம்வரை, அவரை இன்னும் நிதானமாக வாசிக்கவும் கேட்கவும் சந்தர்ப்பம் வாய்த்திருந்தது. பிளம் விலேஜ்ஜின் தினசரி தியானச் செயற்பாடுகளையும், வியட்நாமில்

நடந்துகொண்டிருந்த இறுதிக் கிரியைகளையும் பார்த்துக் கொண்டிருந்தபோது இதுவரையில்லாத ஒரு சிறுமாற்றத்தை என்னளவில் உணரமுடிந்தது. அதற்கு என் ஆசிரியருக்கு மிக்க நன்றி. 'இங்கே வருவதும் போவதும் விடுதலையினூடாக நிகழ்வது' என்று சொன்ன தாய், 'இறப்பும் பிறப்பும் ஒருபோதும் நிகழ்வதில்லை, எல்லாமே தொடர்ச்சியான ஒரு செயற்பாடு' என்று அடிக்கடி எங்களுக்கு நினைவுபடுத்திக்கொண்டிருந்தார்.

அவரின் இறுதிக்கிரியைகளை, உடல் எரியூட்டலை நான்கு மணி நேரமாக நேரலையில் பார்த்துக்கொண்டிருந்தேன். ஒருமுறை அவரின் மாணவரான ஒருவர், தாயின் மீதான அன்பின் நிமித்தம் வியட்நாமில் ஒரு ஸ்தூபாவைக் கட்டித் தாயின் இறப்பின் பின் அங்கு அவரின் சாம்பலை வைத்து வழிபடப்போவதாகச் சொன்னபோது, தாய் அப்படிக் கட்டினால் கூட நீங்கள், 'இதன் உள்ளே தாய் இல்லை' என்று எழுதி வைக்கவேண்டும் என்று கூறினார். அதுமட்டுமில்லை அடுத்து, 'ஸ்தூபாவின் உள்ளே மட்டுமில்லை, வெளியிலும் நானில்லை' என்றவர். 'நான் எல்லா இடங்களிலும் இருப்பவனென்றால், நான் உங்களின் விழிப்புணர்வான மூச்சிலும் நிதானமான நடையிலும் இருப்பேன்' என்று கூறியவர்.

பிறப்பும் இறப்பும் இந்த உடலினூடாகக் கடந்து போகின்றதே தவிர, ஒருவரும் இறப்பதுமில்லை, பிறப்பதுமில்லை என்று நமது notions களை மாற்றிப் பார்க்கச் சொன்னவர் தாய். ஆகவேதான் தனது சாம்பல் இந்தப் பூமி மீது தூவப்பட வேண்டும் என்றார். தன்னை அப்படித் தூவப்பட்ட சாம்பல் படிந்த பருவ மாற்றங்களினூடாக, உடைந்த மெல்லிய சிறகுடன் பறக்கும் பூச்சியினூடாகவும் பச்சைப் புழுவினூடாகவும் பார்க்கச் சொன்னவர்.

2

தாய் சமாதானத்துக்காகவும் வன்முறையற்ற விடயங்களுக் காகவும் தொடர்ச்சியாகக் குரல் கொடுத்தவர். ஒருவகையில் இது அவரைப் பிற ஸென் துறவிகளிலிருந்து வேறுபடுத்துகின்றது. தாய் இதை அவர் இளையவராக இருந்த காலத்திலிருந்தே செய்யத் தொடங்கியவர் என்பதுதான் கவனிக்க வேண்டிய விசயமாகும்.

வியட்நாமில் பெரும்போர் 1955–1975 காலப்பகுதியில் நடைபெற்றதை நாம் அறிவோம். அதற்கு முன்னர் வியட்நாம் பிரான்ஸின் காலனியாக ஆக்கப்பட்டுமிருந்தது. தாய் தனது Root temple என அழைக்கும் தென்வியட்நாமில் இருந்த மடாலயத்தில் இருந்து துறவியாக வந்தவர். அங்கே இருந்த காலங்களில்

அவர் புத்தர் உரைத்தவற்றை, நாம் இந்தக் காலத்துக்கு மீளப் பரிட்சித்துப் பார்க்கவேண்டும் என்று விரும்பி, அந்த மடாலயத்தில் இருந்து அனுமதி பெற்று வெளியேறியவர். அதன்பின் அவரின் பெயரை Nhat Hanh (Nhat- One, Hanh-Action) என மாற்றிக்கொண்டவர். முன்னொட்டாக இருக்கும் Thich, வியட்நாமிய மரபில் புத்தரின் தொடர்ச்சியிலிருந்து வருகின்றவர்கள் என்பதைக் குறிப்பதாகும். ஆகவேதான் Thich Nhat Hanh என்ற அவரை தாய் என நாம் அழைக்கின்றோம். தாய் (Thay) என்றால் வியட்நாமிய மொழியில் ஆசிரியர் என்று அர்த்தமாகும். இதிலிருந்து தாய் பிற புத்தத் துறவிகளைவிட செயலுக்கு அதிகம் (Engaged Buddhism) முக்கியத்துவம் கொடுத்ததையும் புரிந்துகொள்ள முடியும்.

தாய், வியட்நாமில் இருந்த புத்த பல்கலைக்கழகத்தில் கற்றுக்கொண்டிருந்தபோது, 14 mindfulness களை 1966இல் உருவாக்குகின்றார். இதை உருவாக்கும் காலத்தில் அவர் சமூகச் சேவைகளில் ஈடுபட்டு வந்தார். அவ்வாறு சமூகச்சேவைகளில் ஈடுபட்ட ஆறுபேரையே முதன்முதலாகத் தனது மாணவர்களாக ஏற்றுக்கொள்கின்றார். அதில் மூன்றுபேர் பெண்கள், மிகுதிப் பேர் ஆண்கள்.

அப்படிச் சேர்ந்த, இப்போதும் உயிர் வாழ்கின்ற ஒரு பெண் மாணவி அப்போது பிரான்ஸில் கற்றுக்கொண்டிருந்தார். தாயின் அழைப்பை ஏற்று வியட்நாமுக்குத் திரும்புகின்றார். அந்த ஆறு மாணவர்களில், மூன்று பெண்களும் குடும்ப வாழ்வைத் துறந்து 'பிரமச்சாரியத்து'க்குத் தம்மைத் தயாரென்றபோது, தாய் அதை ஒத்திவைக்கச் சொல்கின்றார். மற்ற ஆண்கள் என்ன நிலையில் இருக்கின்றார்கள் என்று தெரியாதபோது, உடனே அனைவரும் பிரமச்சாரிய ஏற்றலைப் பிற்போடுவோம் எனக் கூறுகின்றார். ஏனெனில் அந்த ஆண்களில் அனைவருக்கும் அப்போது காதலிகள் இருந்தனர். பின்னர் அந்தப் பெண்கள் மூவரும் துறவிகளாகின்றனர். அதில் ஒருவர் வியட்நாமில் போர் முடிந்து சமாதானம் வரவேண்டுமென்பதற்காய்த் தீக்குளித்துப் பின்னாளில் மரணித்துப் போகின்றார்.

தாயின் சீடர்கள் மட்டுமில்லை, தாயும் போர்க்காலங்களில் தொடர்ந்து பாதிக்கப்பட்ட தரப்புக்களைத் தேடிச் சென்றிருக்கின்றார். இவ்வாறு உதவப்போன நண்பர்கள் பலர் இறக்க இறுதிவரை தன்னாலான உதவிகளைச் செய்துகொண்டிருந்தவர் தாய். அத்துடன் அமெரிக்கத் தரப்பால் மட்டுமில்லை, அதற்கெதிராகப் போராடிய போராளிகளாலும் இவர் எந்தத் தரப்பைச் சேர்ந்தவர் என்று சந்தேகிக்கப்பட்டு உயிரச்சத்துக்கு ஆளானவர். எனினும் தாய் தொடர்ந்து அன்றைய காலத்தில்

வியட்நாமில் யுத்தம் முடிவுக்குக் கொண்டு வரப்படவேண்டும் எனப் போராடிக்கொண்டிருந்தவர்.

அதனால் அவர் 1966இல் சைகான் பல்கலைக்கழகத்தில், தென்வியட்நாமில் அமெரிக்கா இராணுவம் போரை நிறுத்தி – முக்கியமாய் மிலேச்சனத்தனமான குண்டுத்தாக்குதல்களை நிறுத்தி – தென்வியட்நாமின் சுயநிர்ணய உரிமையை மதிக்க வேண்டும் என்று உரையாற்றியவர். அந்த உரையை, அவர் தென்வியட்நாம் மக்களின் மனோநிலையை அவ்வளவு தெளிவாக முன்வைப்பதற்காகக் களத்திற்கு நேரில் சென்று வந்தே ஆற்றியிருக்கின்றார். எப்படியிருந்தாலும், அமெரிக்க இராணுவம் ஓர் அந்நிய இராணுவம் அதை எந்தப் பொழுதிலும் வியட்நாமிய மக்கள் ஏற்றுக்கொள்ளப்போவதில்லை என்று கூறியவர்.

மேலும் வியட்நாமிய போராளிகள் 600 பேரை அமெரிக்கா கொன்றோம் எனச் சொல்லப்படுகின்றபோது, கொல்லப் படுகின்ற 590 பேரும் அப்பாவி மக்களே எனவும் அந்த உரையில் குறிப்பிடுகின்றார். அவர் ஒரு வியட்நாமியக் குடியானவரைச் சந்திக்கும்போது,'நாங்கள் கம்யூனிசம் எவ்வளவோ கொடுமை யாக இருந்தாலும், போராளிகளின் பக்கமே நிற்போம், ஏனென்றால் எமக்கு ஜனநாயம் என்னவென்றுஅறிவதற்கு, முதலில் நாங்கள் உயிரோடு இருப்பதே முக்கியம்' என்று சொன்னதை இந்தச் சமாதானத்துக்கான அழைப்பு என்கின்ற உரையில் கள நிலவரத்தை முன்வைத்துத் தாய் தெளிவாகக் கூறுகின்றார்.

3

வியட்நாமில் அமெரிக்கா செய்யும் யுத்தத்தை நிறுத்த, மார்ட்டின் லூதர் கிங்கோடு தாய் கரம் கோர்த்தார். மார்ட்டின் லூதர் கிங் அன்றையகாலத்தில் சமாதானத்துக்கான நோபல் பரிசுக்காய் தாயைப் பரிந்துரைக்கவும் செய்திருக்கின்றார். இவ்வாறு சமாதான நடவடிக்கையில் ஒரு புத்தத் துறவியாக ஈடுபட்டதாலேயே, அன்று அமெரிக்கச் சார்புடைய தென் வியட்நாமிய அரசால் தாய், அமெரிக்காவிலிருந்து மீண்டும் நாடு திரும்ப மறுக்கப்பட்டு அகதியாக்கப்பட்டார்.

தனது சொந்த நாடு திரும்ப முடியாத அவலத்தினால், அவர் பிரான்சுக்குப் போய், பிரான்சின் தென்முனையில் plum villageஐ அமைக்கின்றார். அதன்பின்னர் கிட்டத்தட்ட 40 வருடங்கள் தாண்டிய பின்னே வியட்நாம் திரும்புகின்றார். இதற்கிடையில் அன்று 'boat people' என்று அழைக்கப்பட்ட, வியட்நாம் போரின் நிமித்தம் தப்பியோடிய, வியட்நாமிய

மக்களின் துயரக்கதைகளைக் கேட்கும் ஒருவராகவும், இயன்ற அளவு உதவிகளை வழங்கக்கூடியவராகவும் தாய் இருந்திருக்கின்றார். அவ்வாறு படகுகளில் தப்பியவர்களை அன்றைய காலங்களில் கடற்கொள்ளையர் கொல்வதும், பாலியல் பலாத்காரங்கள் செய்வதும்கூட நிகழ்ந்திருக்கின்றன. ஒருநாள் தாய்க்கு, இவ்வாறு படகில் தப்பிப்போன ஒரு 12 வயதுச் சிறுமியைக் கடற்கொள்ளையர் பாலியல் வன்புணர்வு செய்து கொன்றனர் என்கின்ற கொடுஞ்செய்தி வருகின்றது. அந்த நிகழ்வை ஒருபோதும் மன்னிக்கமுடியாது என்கின்ற தாய், அதற்கான பழிவாங்கல், பெருங்கோபம் என்பவற்றுக்கு அப்பால் இருந்து, இந்த விடயங்களை நம்மை நிதானமாகப் பார்க்கச் சொல்கின்றார்.

அதே போல், ஒருமுறை தாய் அமெரிக்க இராணுவத்துக்கான நிகழ்வொன்றைச் செய்தபோது, வியட்நாமில் பணிபுரிந்த ஒரு அமெரிக்க இராணுவத்தினன் கதையைப் பகிர்கின்றார். அவர்கள் இருந்த குழுவின் மீது வியட்நாமியப் போராளிகள் தாக்குதல் தொடுத்து அழிவைக் கொடுத்தபின், அந்த அமெரிக்கருக்கு வியட்நாமியர்களைப் பழிவாங்கும் வெறி மிகுகின்றது. ஒருமுறை சாப்பாட்டில் சயனைட்டைக் கலந்து வைத்துவிட்டுப் போராளிகள் வந்து சாப்பிடுவார்கள் என்று ஒளிந்து நின்று காத்திருக்கின்றார். அதை அந்த வழியால் தற்செயலாகப் போகும் சிறுவர்கள் சாப்பிட அதில் ஐந்து குழந்தைகள் இறக்கின்றனர். அவர் அந்தக் குழந்தைகளின் பெற்றோர் ஓலமிட்டு அழுவதுவரை மறைந்திருந்து பார்க்கின்றார்.

அதன்பிறகு இந்த இராணுவத்தினன் ஒருபோதும் குழந்தைகளோடு இருக்க முடியாத பதற்றத்தை அடைகிறார். குழந்தைகள் ஓர் அறைக்குள் இருந்தாலே இவரால் தாங்க முடியாது, அந்த இடத்தை விட்டுத் தப்பி ஓடக்கூடியவராக இருக்கிறார். இந்த நிகழ்வைத் தாயிற்கு அவர் கூறுகின்றார். தாய், 'நீங்கள் கொன்ற குழந்தைகளுக்கான பழியிலிருந்து எளிதாகத் தப்பமுடியாது. ஆனால் நீங்கள் உண்மையில் அதற்காய் வருந்துவீர்களாயின், இனியான காலத்தில் என்ன செய்யமுடியுமென யோசியுங்கள். அன்றுபோல, இன்றும் நூற்றுக்கணக்கான பிள்ளைகள் அநியாயமாய் இறந்துபோய்க் கொண்டிருக்கின்றனர். அவர்களில் தினம் ஐந்து குழந்தைகளைக் காப்பாற்றும் விடயங்களில் நீங்கள் கவனம் கொள்ளலாமே' எனச் சொல்கின்றார்.

இத்தனைக்கும் தாய் அன்று வியட்நாமியர்களுக்காய், அந்தப் பிள்ளைகளைப் போன்ற பலர் போரால் கொல்லப்படக்

எழுத்தென்னும் மாயக்கம்பளம்

கூடாதென்று போராடியவர். ஒரு வியட்நாமியராக இருந்தும் தாய் அமெரிக்க இராணுவத்தினனை வாஞ்சையுடனேயே அணுகுகின்றார். அதுவே தாய் நமக்குக் கற்றுத்தருகின்ற முக்கிய விடயம். சமாதானம் என்றால் போரை நிறுத்துவது மட்டுமில்லை, பாதிக்கப்பட்ட மக்களை அரவணைத்துக் கொள்வது மட்டுமில்லை, பாதிப்பைச் செய்தவர்களையும் மன்னிக்கச் செய்கின்ற மகத்தான மானுடத்தைக் கற்றுக்கொள்ள எங்களை வேண்டுகின்றார்.

ஆகவேதான் படகில் வந்த சிறுமியைப் பாலியல் வன்புணர்ந்த கடல்கொள்ளைக்காரனைப் பற்றிக் குறிப்பிடும் போது நான் கூட அந்தக் கொள்ளைக்காரன் பிறந்த இடத்தில் வளர்ந்திருந்தால் அவனைப் போல ஆகியிருக்கக்கூடும். ஆகவே தீர்ப்புகளை எழுதும் முன் நம்மை நாமே ஆழ்ந்துப் பார்க்கவேண்டும் என்று ஒரு கவிதையில் தாய் சொல்கிறார். இவற்றை மேலோட்டமாகப் பார்க்கும்போது ஏன் எமக்கு இவர் இப்படிச் சொல்கின்றார் என்று எரிச்சலும், ஆற்றாமையும் கூட வரலாம். ஆனால் மிக நிதானமாக, ஆழமாக உள்ளே பார்த்தால், இந்த விடயங்கள் பிறகு இன்னும் பெரும் திரளைப் பாதிக்கும் வெஞ்சினத்தின் விதைகளைக் கொண்டிருக்கையில் அது இதைவிட மேலும் பெரும் பாதிப்புக்களைத் தந்து நமது பல சந்ததிகளையே பாதிக்கலாம் என்று சொல்வது புரியவரும்.

4

'எனது உண்மையான பெயரில் என்னை அழையுங்கள்'. அப்போதுதான் உங்களால் என்னை ஆழமாகப் பார்க்கமுடியும் என்கின்றார் தாய்.

'நானே உகண்டாவில் பட்டினியால் வாடும் மிக மெலிந்த குழந்தை. அதே நானே, உகண்டாவில் நடக்கும் போரில் ஆயுதங்கள் விற்கும் வியாபாரியுங்கூட. நானே வியட்நாமில் இருந்து படகில் ஏறித் தப்பியோடிய குழந்தை. நானே அந்தக் குழந்தையைப் பாலியல் வன்புணர்ந்து கடலுக்குள் வீசிய கடற்கொள்ளைக்காரனும்கூட. ஆகவே என்னை எனது உண்மையான பெயர்களால் அழையுங்கள்'. நாம் எவராகவும் எந்தப் பொழுதிலும் இருக்கக்கூடுமென எங்களை எச்சரிக்கை செய்யவும், எமது தன்னிலைகளை ஆழமாகப் பார்க்கவும் தாய் நம்மை அழைக்கிறார்.

"I am the child in Uganda, all skin and bones,
my legs as thin as bamboo sticks.
And I am the arms merchant,
selling deadly weapons to Uganda.

I am the twelve-year-old girl,
refugee on a small boat,
who throws herself into the ocean
after being raped by a sea pirate.

And I am the pirate,
my heart not yet capable
of seeing and loving"

தாய் வன்முறையைக் கைவிடுவதை *(non-violence)* தொடர்ந்து வற்புறுத்தியவர். 'உன்னையொருவர் கோபப்படுத்துகின்றார், காயப்படுத்துகின்றார் என்றால், அவர் உன்னைவிட நிறைய கோபத்திலும் காயத்திலும் இருக்கின்றார், அதைப் புரிந்து கொண்டு எந்த மறுவினையும் செய்யாது உன் இயல்புக்கு நீ திருப்பிப் போக முயற்சி செய், இதன் நிமித்தம் உனக்கு வரும் கோபத்தை நீ முதலில் அரவணைத்துக் கொள்' என்றுதான் தொடர்ந்து எங்களுக்கு நினைவூட்டிக் கொண்டிருந்தார் தாய்.

மேலும் புத்தரின் மத்திய பாதை *(middle path)* எல்லா வற்றுக்கும் நல்லதென்பதால், தாய் வியட்நாமியப் போரில் அமெரிக்கா பின்னணியுடைய தென்வியட்னாமிய அரசு சார்ந்தோ அல்லது அதற்கெதிராகப் போராடிய சோவிய ரஷ்யா / சீனா சார்புடைய கம்யூனிசப் போராளிகள் சார்ந்தோ ஒரு நிலை எடுக்காதுவிட்டிருந்தால்கூட அவரின் நிலைப்பாடு தவறென்றுகூடச் சொல்லமுடியாது. அவரொரு புத்தத் துறவியாக இருந்தும், எந்த நிலைப்பாடு எடுக்க வேண்டிய நிர்ப்பந்தமும் இல்லாதபோதும், அன்று அவர் வியட்நாமிய மக்களின் பக்கமே நின்றார்.

5

தாயை, அவரின் புத்தகங்களின் ஊடாக வாசித்தே நான் நிறையக் கற்றிருக்கின்றேன். ஏனெனில் அவரின் பேச்சைக் கேட்கும்போது என்ன இந்த மனிதர் ஒரே இயற்கையையும், ஒரு குறிப்பிட்ட விடயங்களையும் திரும்பத் திரும்ப –அதுவும் மிக எளிமையான சொற்களில் – சொல்லிக்கொண்டிருக்கின்றார் என்ற எண்ணமே நீண்டகாலம் இருந்தது. ஆனால் அவரின் *words/notions*ஐத் தாண்டி ஏதோ ஒரு கணம் அவரின் உரைகளில் சில உள்ளே ஆழம் தொட்டபோது நான் உணர்ந்த மௌனம் அரிய அனுபவமாக இருந்தது. சிலவேளைகளில் தாயையோ அல்லது தாயைப் போன்றவர்களினூடாகவோ நீங்கள் இந்த அமைதியை உணர்ந்தவர்களாக இருக்கக்கூடும்.

ஒருவகையில் நமது நகுலன் சொன்னதுங்கூட,

'ஆர்ப்பரிக்கும் கடல்
அதன் அடித்தளம்
மௌனம்; மகா மௌனம்'

தாயினூடாக நிறையக் கற்றுக்கொண்டாலும், எனக்கு அவர் இந்த வாழ்க்கையை இன்னும் நிதானமாக (slowing down) அணுகிப் பார்க்கலாம் என்று கற்றுத் தந்ததைத்தான் முக்கியமானதெனச் சொல்வேன். வேறு எந்த ஆசிரியரை விடவும், தாய்தான் வாழ்க்கையில் எதற்கும் அவ்வளவு அவசரப்படத் தேவையில்லை என்பதை நாம் செய்யும் சிறு விடயங்களினூடாகக் கற்றுக் கொள்ளலாம் என்று சொல்லித் தந்தவர். நடப்பதை எப்படி விழிப்புடன் மெதுவாக நடப்பது சாப்பிடும்போது எப்படி மிக ஆறுதலாகச் சாப்பிடுவது பருவங்கள் மாறும்போது அதன் ஒவ்வொரு சாறையும் எப்படித் துளித்துளியாக இரசிப்பது என்றெல்லாம் வழிகாட்டியவர் தாய்.

வெளியில் வெண்பனி மூடிய நிலப்பரப்பை இப்போது பார்க்கின்றேன். அவ்வளவு வெண்மை, அவ்வளவு சூரிய ஒளியின் பிரகாசம்.

இதோ இவ்வளவு குளிருக்குள்ளும் மெல்லச் சிறகடித்து வரும் அந்தச் சிறுபறவை, நீங்கள் அல்லவா தாய்!